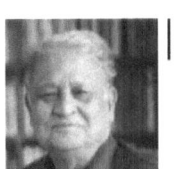

व्यंकटेश माडगूळकर

I0630315

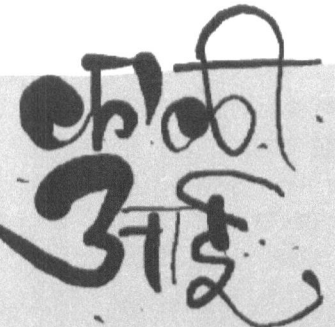

काळी आई

मेहता पब्लिशिंग हाऊस

KALI AAI
by
VYANKATESH MADGULKAR

काळी आई । कथासंग्रह
व्यंकटेश माडगूळकर

© ज्ञानदा नाईक

प्रकाशक
सुनील अनिल मेहता,
मेहता पब्लिशिंग हाऊस,
१९४१, सदाशिव पेठ,
माडीवाले कॉलनी, पुणे - ३०.
दूरध्वनी : ०२०-२४४७६९२४
Email : production@mehtapublishinghouse.com
Website : www.mehtapublishinghouse.com

अक्षरजुळणी
इफेक्ट्स, २१/६ब,
आयडिअल कॉलनी,
कोथरूड, पुणे - ३८.

मुखपृष्ठ व मांडणी
चंद्रमोहन कुलकर्णी
मुखपृष्ठावरील लेखकाचे छायाचित्र
शेखर गोडबोले

प्रकाशनकाल
तिसरी आवृत्ती : जुलै, १९८२ । चौथी आवृत्ती : ऑगस्ट, १९९१
पाचवी आवृत्ती : जानेवारी, २००० । सहावी आवृत्ती : जानेवारी, २००६
सातवी आवृत्ती : ऑगस्ट, २००९ ।
मेहता पब्लिशिंग हाऊस यांची आठवी आवृत्ती : मे, २०१२ ।
एप्रिल, २०१३ । पुनर्मुद्रण : मार्च, २०१७

P Book ISBN 9788184983623
E Book ISBN 9789386454713
E Books available on : play.google.com/store/books
www.amazon.in

माणूस आणि स्नेही म्हणून मला थोर वाटणारे
श्री. गो. भा. घाणेकर यांना

अनुक्रम

१.

सर्व्हिस मोटार

खेड्याच्या दुसऱ्या कडेला लागून इजा कुंभाराचे घर होते. घराच्या मागल्या बाजूलाच गावाचा ओढा होता. समोरून गेलेली पायवाटही डगरीवरून घसरत पाणवठ्याशी जाई. घर आपले साधेच होते. भेंडाच्या भिंती आणि वर काडाचे छप्पर. समोर बसण्या-उठण्यासाठी जागा. मागे परस, त्यात पाण्याचा छोटासा आड. शेवगा, लिंब, चिंच असली झाडे. घराच्या समोर गाढवे बांधण्यासाठी निवारा आणि रस्त्याच्या कडेलाच एक छोटेसे लिंबाचे झाड. या झाडाखाली कट्टा होता, तो नेहमी सारवून-सुरवून चक्क ठेवलेला असे. त्या कट्ट्याला लागूनच इजाप्पा मडकी घडवीत बसायचा. अष्टौप्रहर आपल्या उद्योगात असायचा; थुलथुलीत अंगाचा, उंचीने थोडा बुटका आणि ओठावर भरघोस मिश्या असलेला. त्याला बघताच भावना होई की, हा माणूस काही रक्तामांसाने घडविलेला नव्हे. हाडांऐवजी याच्या अंगात सिमेंटच्या इमारती बांधताना घालतात तशा पोलादाच्या कांबी आधारासाठी घातलेल्या असाव्यात आणि वरसुद्धा तसेच कडक सिमेंट लिंपून दिले असावे! आणि ही इमारत एखाद्या अडाणी कारागिराने उभी केली असावी. कारण तिच्यात सुबकपणा, रेखीवपणा असा नव्हताच. सारा भर भक्कमपणावर. असा हा इजा डोईला काहीसे गुंडाळून उघडावाघडाच मडकी ठोकीत, चिखल मळीत किंवा चाक फिरवीत असलेला आपल्या घरापुढे सदोदित दिसे.

त्याच्याशिवाय त्या घरात आणखी दोनच माणसे होती. त्याचा मुलगा भोजा आणि सून.

भोजा हा इजाप्पाच्या पोटी चुकून आला होता. चांगल्या दांड धाटाला बारीकसे कणीस पडावे, ताडमाड वाढलेल्या झाडाला एवढेसे रोगट फळ धरावे;

तसा. त्याची अंगलट अगदीच किरकोळ होती. खुजा आणि वाळलेला हा पोर ऐन उमेदीत होता, तरी त्याच्या तोंडावर तेज नव्हते. फार काय, मर्दपणाची, पौरुषाची निशाणी अशी दाढी-मिशीही त्याला अजून फुटली नव्हती. पंचकोनी चेहरा, बसके, गालांत पसरलेले नाक, मोठी जिवणी असे काहीसे चमत्कारिक ध्यान होते त्याचे! बापासारखा तोही गावातून नेहमी उघडावाघडा हिंडे; पण ते त्याला शोभत नसे. मोठा कंठ, वर आलेल्या गळ्याच्या वाट्या, आकाशदिव्याच्या सांगाड्यासारख्या फासळ्यांचा सांगाडा आणि कातडीवर पसरलेला पांढरट सुरमा. छे! हा काय इजाप्पाचा मुलगा?

नाही म्हणायला त्याची बायको, इजाप्पाची सून मात्र उफाड्याची बाई होती; भोजाला काखेला घेऊन फिरेल अशी! भुऱ्या रंगाची, भरल्या अंगाची, नाकीडोळी नीटस. पण नवरा हा असा मिळाल्यामुळे तिच्या पोटी अजून फळ नव्हते. नसेना का; अजून काही वय गेले नव्हते. एकेकीला बारा-बारा वर्षांनी मूल होत होते; पण ही बाई चांगली होती. गावात ती फारशी हिंडत नसे. उगीच तोंड वर करून कुणाशी बोलत नसे. आपण बरे, आपला घरप्रपंच बरा. घरातले करून ती साऱ्याला मदतही करी. घोड्याची लीद जमवून ती मळावी, आव्यासाठी सरपण-काटकी जमवी –असली बारीकसारीक कामेच, पण ती मन लावून करी.

भोजा गाढवांची जोडी घेऊन लांबवरची माती घेऊन येई. माल घेऊन बाजाराला जाई. गावातली बयत्याची पेंडी जमा करी. आपल्या परीने तोही उद्योग करीत असे; पण त्याचे मन त्यात फारसे रमत नसे. गालफाडात तमाखू ठेवून चार मंडळींत बसावे, उगीच इकडच्या-तिकडच्या गोष्टी कराव्यात, गावातल्या टग्या लोकांशी संबंध ठेवून आपणही त्यांच्यापैकी आहोत असे भासवावे असे काही करू नये ते उद्योग तो फाटका माणूस करीत बसे.

अर्थात, या त्याच्या उंडगेपणाची दखल इजाप्पा घेत नसे. बरोबरीला आलेला पोरगा! त्याला त्याने काय बोलावे, काय म्हणून दबवावे? बरे, तो अगदीच रिकामा हिंडतो, असेही नव्हते. कारण बारीकसारीक कामे करीत होता. ठीक होते. बाप होता तोवर वागला असता. बापाच्या माघारी संसाराचे जू मानेवर बसले असते म्हणजे आपोआप वळणावर आला असता; जातो कुठे? गावात कुंभार एकच होता. काम बक्कळ होते. ज्यांच्या अन्नावर जगायचे, त्या शेतकऱ्यांना घागरी, मडकी, रांजण, डेरे पुरवायचे. संक्रांत आली की, 'संक्रांती' घरोघरी पोचत्या करायच्या. दिवाळी आली की, पणत्या हजर करायच्या. बेंदूर आला की, चिखलाचे बैल बनवायचे. हे सगळे ओझे एकाने पेलायचे म्हणजे काही चेष्टा नव्हती. 'होते आहे माझ्याने, तोवर करतो आहेच. पुढे त्यालाच करावे लागणार. जातो कुठे?'

काही का असेना, पण गावाच्या कडेला निर्मळ असलेले हे कुंभाराचे कुटुंब बरे होते. त्यांचा प्रपंच बरा चालला होता. अमुक नाही, तमुक नाही म्हणून त्यांच्या घरात रखरख नव्हती. असेल कशाला? सगळ्या गावाप्रमाणेच त्यांच्या गरजा कमी होत्या. गावात पिकणारे धान्यधुन्य मिळत होतेच. बयत्याचे करडे हातघाण्यावर रगडले, म्हणजे तेल मिळत होते. मिरच्या होत्याच. ओढ्याकाठी माती अशी होती की, ती आणून घरच्यापुरते मीठ करता येत होते. गावात किराणा मालाचेदेखील दुकान नव्हते. मग पैसा लागतो कशाला? येऊन-जाऊन पैसा लागे तो धडुत्याला, पण गावचा मोमीन जाड अटपळी काढीत असे. पैशाऐवजी त्याला ज्वारी-बाजरी घातली तरी चालत होते.

इतके साधेसुधे जीवन असल्यावर उगीचच्या उगीच रखरख येईल कशाला? विसाव्या शतकातल्या सुधारणांपासून सर्वस्वी अलिप्त, एकलकोंडे, आपल्या परीने समृद्ध असे हे छोटेसे खेडे सुखी होते आणि त्या खेड्याचा एक अवयव इजाप्पा कुंभार, तोही आपल्या परीने सुखी होता.

याचा अर्थ असा नव्हे की, तिथे असमाधानाला मुळीच जागा नव्हती; मारामाऱ्या होत नव्हत्या, कुणी कुणाचा हेवादावा करीत नव्हे, दारिद्र्य नव्हते; सारे निष्पाप, मंगल, समाधानी होते! अमक्यातमक्याच्या रानात आठ मण ज्वारी झाली आणि माझ्यात सहा मण झाली, हे असमाधान तिथे होते. रानातून भुकेने कावून आलेल्या पुरुषाला गरमागरम भाकरी लगेच मिळाली नाही म्हणून त्याने आपल्या बायकोला ठोकली, असल्या मारामाऱ्याही होत्या. अमुक बाईला एकापाठोपाठ एक मुलगे झाले आणि माझ्या पोटी काही नाही, याबद्दल हेवेदावेही होते. पाप होते, लबाड्या होत्या, चोऱ्यामाऱ्या होत्या; पण हे सारे भयंकर वाटण्याइतके माजलेले नव्हते. रान म्हटले की, त्यात तण हे असणारच; पण ते मूळ पिकापेक्षाही जास्त माजलेले नव्हते.

अद्याप तिथे भलेपणा होता. वडिलधाऱ्या माणसाचा मान ठेवावा, त्याचा सल्ला घ्यावा, शेजारधर्माने एकमेकांच्या अडीअडचणी जाणाव्यात, फावल्या वेळात देव-देव करीत जावे, आपल्या कुणी गरजेला उपयोगी पडला, तर ते विसरू नये, परस्त्रीकडे पापी नजरेने बघू नये – हे कळत होते; सर्वसामान्यपणे पाळलेही जात होते. आणि म्हणूनच दुकाने, शाळा, सरकारी कचेऱ्या, नीटनेटके रस्ते, विटांची घरे, कंदील नसूनही हे लहानसे खेडे सुखी होते. तिथली कुटुंबे चांगली होती. इजा कुंभाराचे बरे चालले होते.

अशा त्या खेड्याकडे लांब तालुक्याच्या गावाहून येणारी खडकाळ गाडीवाट दुरुस्त व्हावी, असे फर्मान कुठून तरी निघाले आणि माणसे खपू लागली. दोन्ही

बाजूंचा मुरूम काढून तो सरळ रेषेत, रुंद अशा वाटेवर पसरला जाऊ लागला. खाचखळगे भरून निघाले. ही दुरुस्ती पार इजाप्पाच्या घरापर्यंत आली आणि तिथूनही पुढे दूर असणाऱ्या रेल्वेच्या गावापर्यंत जाणार, असे लोक बोलू लागले.

हे असे एकाएकी कसे झाले? कधी नव्हे ते रस्तादुरुस्तीचे हे काम का सुरू झाले? ही कुजबुज इजाप्पाच्या कानावर उशिरा आली आणि आपले काम सोडून इतर बाबतींत चौकशी न करणारा तो म्हातारा कुंभारही थोडासा चौकस झाला. डोक्यावर टोपडी घातलेली अंमलदार मासणसे दोऱ्या-पट्ट्या घेऊन या रस्त्यावरून का हिंडू लागली आहेत? आज अनेक वर्षे मळलेली ही वाट नीट करावी, हा चांगुलपणा एकाएकी कुणाला सुचला आहे? ही भानगड आहे तरी काय?

संध्याकाळच्या वेळेला तमाखू ओढता-ओढता या गोष्टीची चौकशी त्याने आपल्या पोरापाशी केली. कारण त्याला माहीत होते की, आपल्या कामापेक्षा इतर बाबतींत अधिक लक्ष पुरविणाऱ्या, रिकामटेकड्या मंडळींत बसून नाना गोष्टी बोलणाऱ्या या तरुण माणसाने या हालचालींविषयी त्याला नक्कीच बरोबर माहिती दिली असती; आणि म्हणूनच भिंतीला टेकून चिलीम ओढता-ओढता तो बोलला, "काय रे पोरा, आपल्या गावावरनं जाणारी वाट नीट हुतीया म्हनं?"

गालफडात तमाखू धरून बसलेला पोरगा बसल्या-बसल्याच दाराशी सरकला आणि थुंक टाकून झाल्यावर मोकळ्या तोंडाने बोलला, "हूं, चाललंया खरं दुरुस्तीचं काम!"

"कोन करतंय? कुनी चालवलंय?"

"दुसरं कोन करतंय? सरकारी हुकूम झाला आसंल!"

"आजपतूर कधी झाला न्हाई आन् आताच का?"

"काय की बाबा! पर गावात बोलवा हाय, मोटार चालू होनार अशी!"

मोटार चालू होणार म्हणजे नक्की काय होणार, हे इजाप्पाला माहीत नव्हते. तो रेल्वेत, मोटारीत कधी बसलाच नव्हता, पण जत्रा, बाजार फिरताना त्याने तेलावर चालणाऱ्या या गाड्या नजरेने बघितल्या होत्या. एका गावातून दुसऱ्या गावी जाण्यासाठी घोडे, गाडी, पाय यांप्रमाणेच ही वस्तूही उपयोगात येते; दाम मोजल्यावर मोटारीचा चालविणारा पाहिजे त्या गावी बसवून नेतो, इतपत माहिती त्याला होती.

विझल्या चिलमीतली राख जमिनीवर झाडीत तो म्हणाला, "म्हंजे, तालुक्यास्नं मानसं घेऊन मोटार आपल्या गावात आनून सोडणार म्हन की!"

"ते का? ज्येला आगीनगाडीनं मुंबई-इजापूरला जायाचं हाय, त्येला घेऊन

ती थेट मानखेडला जानार!''

"आन् पुन्हा?''

"पुन्हा माघारी येनार. ती तकडं गाडीनं आलेली मानसं घेऊन इकडं सोडनार तालुक्याला!''

म्हाताऱ्या कुंभाराला थोडाफार बोध झाला. कधी नव्हे तो हा रस्ता सुरू का झाला होता, तर मोटारवाहतूक सुरू व्हावी म्हणून. सरकारने मोटारधंदा ताब्यात घेतल्यावर खासगी मोटारमालकांचे लक्ष या बारीक-सारीक मार्गांकडे वेधले. वशिले बांधून, पैसे खर्चून त्यांनी डबडी फिरावी इतपत सुधारणा गाडीवाटेवर करून घेतल्या. लोकांची सोय बघितल्याचा बहाणा करून ही त्राटिका खेड्यापाड्यांत घुसविली. हे सगळे जरी समजले नाही, तरी तो अनुभवी कुंभार उमगायचे ते उमगला. म्हणाला, "गोरगरिबांकडून पैसा उकळन्याचा धंदा हाय, दुसरं काय?''

हे भोजाला पटले नाही. मोटारीची उपयुक्तता त्याला थोडीफार समजावली गेली होती. त्याने बापाला समजावले, "पैसा जाईल; पर सोय हुईल का न्हाई? पालखीत बसल्यावानी मोटारीत बसून या गावचं त्या गावाला जायला ईल. वझं-सामान न्याला ईल!''

यावर इजाप्पा हसला. पोराच्या बुद्धीचे त्याला हसू आले.

"आरं गाढवा, आजपतूर या गावचं त्या गावाला जायला काय मोटरीच हुत्या? चार-चार मन ज्वारी आम्ही आमच्या चुलत्याच्या गावी पोचवली, ती काय मोटरनं? उगंच नखरं हायेत; दुसरं काय? मी सांगतो, ते ध्येनात घे पोरा. ह्या मोटारचा मालक ती आपल्या गावात आनतोय, ती गावातली मानसं परगावी नेन्यासाठी नव्हं!''

"मग?''

"ती पैशानं भरून आपल्या घरात न्यायला!''

होय, इजाप्पाची ही ठाम समजूत होती – 'सुगीच्या दिवसांत कुठूनतरी माकडवाले येतात, खेळ करून दाखवतात आणि ज्वारी उकळून परगावी चालते होतात. किस्ताक कसून डोंबारी येतात, चार आडव्यातिडव्या उड्या मारतात आणि शेर-मापट्यासाठी पदर पसरतात. काशीकापडे येतात, चित्रे दाखवितात आणि जुनेपाने कपडे बळकावितात. ही जशी हुन्नरी माणसे स्वत:चे कसब दाखवून, लोकांनी निढळाचा घाम गाळून पिकविलेले धान्यधुन्य लुटून नेतात; तसाच हा मोटारवाला काही नवा खेळ करून लोकांना नागवणार. नंदीवाला बैल नाचवतो; हा मोटार पळविणार. एकूण सगळा धंदा लुच्चेगिरीचा, स्वत:ची तुंबडी भरण्याचा. आणखी काय?'

म्हाताऱ्याची ही विचारसरणी भोजाला पटली नाही. तो म्हणाला, "तू काय

तरी बोलतोस बाबा. तुला त्यातलं काय कळत न्हाई. मोटार येनार ती आपल्या भल्यासाठी, सोईसाठी!''

हे बोलणं होईतोवर सुनेने भाकरी-भाजी केली होती. बाप-लेकांच्या बोलण्यात अडथळा आणून ती बोलली, ''भाकरी खाऊन बसा बोलत. निवून जाईल केल्यालं!''

आणि मग बोलणे थांबवून दोघेही उठले.

कुणाला सोय वाटली, कुणाला गैरसोय वाटली. इजाप्पाला मोटारवाला म्हणजे माकडवाला वाटला, तरी ही यायची ती आलीच. रस्तादुरुस्तीचे काम पुरे झाले आणि फोंफों करीत ते धूड गावात येऊन इजाप्पाच्या लिंबाखाली उभेही राहिले.

सकाळची वेळ होती. रानात निघालेली माणसे आवाज ऐकून तिथे गोळा झाली. दरवेश्याचा खेळ बघायला जमावी तशी गर्दी कुंभाराच्या घरापुढे जमली. कुणी भीत-भीत हात लावून पाहिले. कुणी उभ्या-उभ्याच आत डोकावले. ही बैलगाडीपुढे पळेल का? कमरभर पाण्यातून जाईल का? गाडीसारख्या हिला लोखंडाच्या धावा का नाहीत? – अशी चर्चा सुरू झाली.

एकच गलका झाला, तेव्हा कुंभाराचा भोजा पुढे झाला आणि त्याने लोकांना दम भरला, ''ए, बाजूला व्हा. ए, हात कशाला लावतोस? काय मोडलं-तोडलं तर? घरदार इकून पैसा दिलास तरी हुईल का दुरुस्त? इंजनाचं काम हाय, चेष्टा नव्हं!''

आपल्या दारापुढे मोटार उभी राहिली, त्यामुळे तिच्यावर आपला विशेष हक्क आहे, या समजुतीने तो आगाऊ पोरगा डाफरू लागला, तेव्हा गावकऱ्यांना अपमानकारक वाटले. कुणीसे म्हटले, ''ए कुंभारा, तू का शिरा ताणतोस? जा, बघ आपलं काम.''

त्यासरशी खाली उतरून विडी ओढत उभा राहिलेला मोटारचा ड्रायव्हर घुस्सा येऊन बोलला, ''बरोबर हाय तो बोलतो त्ये. कामधंदा सोडून तुम्ही कशाला जमलाय इथं? काय तमाशा हाय? जाव, हटो!''

किन्नरकीत मुरलेले, मळके कपडे घातलेले बारा-चौदा वर्षांचे पोर मोटारच्या टपावर कडमडत होते, ते तावाने उतरले आणि कुत्र्यासारखे लोकांच्या अंगावर धावले.

''बाजूला व्हा, बाजूला व्हा. मरायचं हाय काय चाकाखाली धावून!''

आठ-दहा उतारू आत होते. पोशाखावरून ती भली माणसे दिसत होती. बाहेर हा प्रकार चाललेला बघून ती सभ्यपणाने ड्रायव्हरला म्हणाली, ''अहो,

उतारू नाही तर उगीच खोळंबा का? जाऊ द्या ना! आम्हाला गाडी गाठायची आहे तीनची!''

मग किन्नरने हँडल मारले. ड्रायव्हरने चाक फिरवले आणि चौफेर धुरोळा उडवीत मोटार निघून गेली. काही उत्साही पोरे तिच्या मागोमाग धावत ओढ्यापलीकडे गेली. हा प्रकार बघत इजाप्पा उभा होता. मोटार दूर गेल्याचे बघून भोजा जेव्हा वळला, तेव्हा हात पाठीमागे टाकून रखारखा बघत उभा राहिलेला बाप त्याला दिसला. त्याची हनुवटी गळ्याशी भिडली होती. डोळ्यांखालचा भाग हलत होता. भरीव आवाजात त्याने पोराला बजावले, ''पोरा, ही अवदसा आपल्या घरापुढे का उभी केली त्या मोटारवाल्यानं? पुन्हा करू नकोस म्हणावं त्याला.''

भोजा एकदम चिरकला, ''अरं, काय बिघडलं तुझं त्यात? जागा काय संगं घेऊन जातोय मोटारवाला? तुझ्या पदराला खार कुठे लागतोय? का म्हणून वराडतुयास?''

''भोज्या, तू मला शानपना शिकवू नकोस. मुकाट्यानं मी म्हनतोय, तसं सांग!''

''अरं, पर तुझं का जातंय त्यात? उद्या कुनी गावकऱ्यानं हतं गाडी सोडून बैल बांधला, तर आडवा येशील का?''

''गावकऱ्यांची बैलं मी माझ्या घरात बांधीन. त्येचं आन खातोय मी. आन् जरी खात नसलो, तरीबी बांधीन. का? तर जनावराला वाचा नसली तरी जीव हाय. ह्या तुझ्या मोटारीला का धाड झालीया सावलीला उभं राह्यला? आँ?''

बाप जेव्हा हमरीतुमरीवर आला, काही ऐकेना; तेव्हा भोजाने शेवटचा बाण काढला. तो म्हणाला, ''माझी एवढीसुदीक सत्ता नाही का? आरं, मग मी जल्म कशाला पाळावा? गोसावी बनून का जाऊ ने?''

आपला एकुलता एक मुलगा असे अवघड बोलला, तेव्हा म्हाताऱ्या इजाला वाईट वाटले.

हे सारे कष्ट तो कुणासाठी करीत होता? अहोरात्री प्रपंचात कशासाठी गुंतला होता? पोरासाठीच ना? हे सारे करून-सवरून सगळे तो ठेवणार, ते भोजालाच ना? आणि त्याने असे बोलावे? माझी काडीवर सत्ता नाही, असे सांभाळलेल्या पोरासारखे बोलावे? त्याची नाही तर कुणाची सत्ता होती? 'हे आहे, ते सगळे त्याचेच. माझे काय आहे इथे? मी आता औट घटकेचा सोबती. रामाचे राज्य भोगायचे, ते त्यानेच. मग त्याला मी कधी म्हणेन का की, तुझी इथे सत्ता नाही? छे, असे मी कधीच म्हणणार नाही.'

''भोजा बाळा, अरे, हे सगळे तुझेच आहे. तुझ्यासाठी मी हे मिळविले आहे. हे घर, ही जागा, ही जनावरे, घरातले किडुकमिडुक सगळे तुझेच आहे.

खरेतर माझीच या कशावर आता सत्ता नाही आणि मी तिचा लोभ करणेही बरोबर नाही; पण मी तुला दटावले, ते भल्यासाठीच. कल्याणासाठीच.

"मला आपले वाटते आहे की, हा नवा खेळ आपल्या गावात आला, तो आपल्याला लुटण्यासाठीच. ही मोटार आता गावात रोगराई आणील, नको ते माणसाचे घाणेरडे बी आणील. हिचा विटाळ आपल्याला नको. आपल्या घरासमोर उभी राहण्यासाठी हिला जागा देणे म्हणजे चोराला घरात थारा देण्यासारखे आहे. तू या भानगडीत पडू नकोस. माझे म्हाताऱ्याचे ऐक. नाही ऐकलेस, तर तुझी मर्जी! तू घराचा मालक आहेस. बरे-वाईट कळण्याइतकी समजूत येण्याजोगे तुझे वय आहे. तुझा तू मुखत्यार आहेस. सांगावयाचे, ते मी एकवार सांगेन; पुन्हा बोलणार नाही. खणाणत्या शब्दांचा उपयोगही मी नाण्याइतकाच बेताने, हात राखून करतो, हे तुला ठाऊक आहे. हे सगळे कळून-सवरूनही तू आपला हेका सोडणार नसशील, तर तुझे नशीब तुझ्याबरोबर!"

नंतर तो मानी म्हातारा पोराला अधिक बोलला नाही. त्या मोटारीच्या संबंधात त्याने अवाक्षरही काढले नाही.

मोटारीची रहदारी नियमित सुरू झाली. ती रोजच्या रोज इकडचे उतारू तिकडे आणि तिकडचे इकडे सोडू लागली. जाता-येता कुंभाराच्या लिंबाखाली उभी राहू लागली.

सुरुवाती-सुरुवातीस गावचे उतारू तिला मिळाले नाहीत; पण जसजसे दिवस जाऊ लागले तसतशी बैलगाडी, घोडा या वाहनांसारखीच मोटारही लोकांच्या परिचयाची झाली, तेव्हा कुणी बाजाराच्या निमित्ताने मोटारची हवा चाखू लागले. कामकाजासाठी तालुक्याचे हेलपाटे पायी मारण्यापेक्षा मोटारला चार आणे टाकून जाणे त्यांना बरे वाटू लागले. असे होता-होता बायाबापड्यादेखील संकोच सोडून मोटारीत बसू लागल्या. दुधाच्या घागरी, लोण्याची पातेली, भाजीपाला घेऊन तालुक्याच्या गावी विकण्याची चटक त्यांना लागली. जाणे-येणे सुलभ झाल्यामुळे गावची हरएक चीज – धान्यधुन्य, कांदे, वांगी, लिंबे, पेरू गावात ठरेनासे झाले. पैसा करण्याचा नाद लोकांना फार लागला. पोरांच्या तोंडचे दूध काढून बाया हॉटेलवाल्यांना विकू लागल्या. त्यामुळे पोरे मिलमिशी झाली. त्यांच्या शरीराची वाढ पूर्वीच्या जोमाने होईना. घरी चटणी-भाकर खाऊन मळेवाले आपले 'माळवे' बाजारात धाडू लागल्यामुळे बयतेदारांना चार ओल्या मिरच्या मिळणेही मुश्कील झाले! मापटे-चिपटे ज्वारी बाजारात नेली की, रुपया मिळू लागला तेव्हा उमदे शेतकरीही चिक्कू झाले. कुणाच्या नडी-अडचणीला पायली-दोन पायली धान्य घालणे त्यांच्या जिवावर येऊ लागले. भीड मोडावी

कशी, म्हणून ते मग खोटेनाटे बोलत. घरात बळद भरले असले, तरी 'नाही' म्हणून मान हलवीत. हे ध्यानी येऊन गरजू चिडे आणि मनाशी म्हणे, 'बरे आहे सयाजी, मी बघून घेईन!'

न्हावी, परीट, सुतार, लोहार या गावची सेवा करून पोट भरणाऱ्या लोकांएकीसुद्धा शेतकऱ्यांचे हात आखडले. त्यामुळे ती मंडळी नाराज राहू लागली. कामात कुचराई, गैरसमज, हाणाहाणी आणि अस्वस्थता निर्माण झाली. नाणे जमविण्याची एक बाजारी प्रवृत्ती सगळीकडे बळावली आणि मग त्यापोटी क्षुद्रता, स्वार्थ, हेवेदावे सगळे हळूहळू येऊ लागले. एका रोगातून दुसरा रोग निघावा, तसे. हा मोठा, मी लहान, मी बडा, हा छोटा; तमक्याने माझ्याशी नमूनच वागावे, अमक्याने माझी बरोबरी करायला हरकत नाही असल्या नको त्या गोष्टी आपोआप आल्या!

ती बया बाहेरून निरनिराळी माणसे गावात आणून सोडू लागली. हा कोण? खणविक्या आला, पाठीशी बोचके घेऊन घरोघर ओरडू लागला, कापडाचे नवे-नवे नमुने दाखवून बाया-बापड्यांची त्याने नजरबंदी केली आणि खिसाभर गल्ला घेऊन संध्याकाळची मोटार गाठली! तो कोण? मद्राशी मोतीविक्या आला, खोटेनाटे मोती त्याने खपविले, नवरा-बायकोत भांडणे लावून दिली आणि कानातली बाळी हलवीत तोही पुढच्या गावी निघून गेला. आणखी एक फळविक्या आला, एक ज्योतिषी आला, नाटकवाले आले, तमासगीर आले – अहो, जे येऊ नये ते आले. कधी आले नव्हते, त्यांना ही अवघड वाट मोटारीने सवघड करून दिली आणि दुधाच्या कासंडीत मिठाचा खडा पडावा तसे झाले. सगळे गाव नासले आणि तेही नकळत; या कानाची बातमी त्या कानाला लागू न देता. जुनी माणसे कधी वैतागाने बोलू लागली, ''भान्चोद! गाव बिघडलं. आता पूर्वीचं काही राहिलं नाही!''

पण असे कशाने झाले, का झाले याचा विचार त्यांना नव्हता. त्यांच्या मते कलीच फिरला होता. माणसेच आपोआप बिघडली होती. झाडावर फळ किडते, तशी किडली होती.

म्हातारा इजाप्पा कुंभार मात्र मनोमनी समजून चुकला होता की, हे सारे त्या अवदसेने – मोटारनेच केले होते! 'या गुंत्याचे कारण तीच बया आहे. पण हे पटेल कुणाला? मोटार आली म्हणून गाव बिघडला, हे ऐकून घेणार कोण? ना कोणी घेईना; पण एके दिवशी त्यांना उमगेल की, इजाप्पा कुंभार सांगत होता, तेच खरे होते.'

जसजशी वाहतूक जास्ती होऊ लागली, शहरी लोक येऊ-जाऊ लागले,

तशी सख्या ड्रायव्हरने एक नामी कल्पना भोजा कुंभाराला सांगितली. काळी टोपी डोक्यावर आडवी घालणारा, धोतराखाली काळे बूट वापरणारा, गळ्याभोवती सदोदित गळपट्टा गुंडाळणारा तो कावेबाज माणूस म्हणाला, ''मालक, आम्हा लोकांची गैरसोय होते तुमच्या गावात!''

त्याने मालक म्हटल्यामुळे हुरळलेला भोजराम म्हणाला, ''गैरसोय? कोणची सांगा की! तुमची सोय लावू आम्ही!''

''तेच म्हणतोय मी! अहो, मोटारीत जसं पेट्रोल भरावं लागतं, तसं आम्हा लोकांना घडीघडी चहा पेवा लागतो!''

''मग त्यात काय मोठी मामलतीची गोष्ट हाय? जवा लागंल, तवा घरात येऊन खुशाल मागायचा. घर आपलंच हाय हे!''

''छे-छे, ते खरं नाही. अहो, आम्ही रोज येणारे लोक. हरघडी तुम्हाला त्रास देऊन कसं चालेल?''

''त्यात कसला आलाय तरास? तुमी बिनघोरी मागत चला.''

''नाही, नाही. त्यापेक्षा तुम्ही असं करा मालक, हाटेल सुरू करा. मिळकतीची बाब होईल आणि आमच्याबरोबर उतारू लोकांचीही सोय होईल.''

ड्रायव्हरने ही फुणगी सोडून दिली आणि भोजाने पेट घेतला.

भांडवलासाठी लागणारे रुपये त्याने इकडून-तिकडून जिकिरीने जमा केले. चार घडे साखर, चहाचे पुडे आणि पाच-सहा कपबश्यांचे जोड हे साहित्य उभे करून हॉटेलचा मेळ घातला. कामधंदा सोडून तो भंपक माणूस चुलीत जाळ घालून पाणी उकळीत लोकांच्या उष्ट्या कपबश्या विसळीत बसू लागला.

इतके दिवस कुंभाराच्या लिंबाखाली उभे राहणारे लोक पार घरात घुसून बसू लागले. इजाप्पाचे निर्मळ घर अष्टौप्रहर धडधडणाऱ्या चुलीच्या धुराने काळवंडत चालले. चहाचा काळा चोथा आणि राख भिरभिरी येणाऱ्या वाऱ्याने घरभर पसरू लागली. सांडलेल्या चहाच्या डागांभोवती माश्या घोंगावू लागल्या. चहा पिऊन झाल्यावर लोक घटकाभर बसत, विड्या ओढत, पान खाऊन थुंकत. त्या पिचकाऱ्या आणि विड्यांचे तुकडे यांनी इजाप्पाच्या अंगणाची कळा पार घालवली.

इजाप्पाची सून दोन्ही हातांनी होईल तेवढे करून ही घाण सावडीत होती, पण हे तिच्या आवाक्याबाहेरचे होते. घरात परक्या लोकांचा वावर हमेशा असल्यामुळे तिला उगीच आत बसून राहावे लागे. बाहेर यायची चोरी होई.

इजाप्पा हे सगळे उघड्या डोळ्यांनी बघत होता. मनातून जळत होता. आपल्या घराची अशी बाजारपेठ व्हावी, पिढीजात धंदा सोडून पोराने हा हलका धंदा करावा, हे त्याला फार मानहानीचे वाटत होते; पण तो बोलत नव्हता.

आता पुन्हा तोंड उघडायचे नाही, असे त्याने ठरविले होते. शब्दांना किंमत असली, तर ते वापरावेत; आपला मान आपण सांभाळावा, अशा विचारसरणीचा तो जुना माणूस तोंडाला खीळ घालून मुकाट बसला होता.

आणि बापाच्या मानाने चिमूटभरही समज नसलेला भोजा हॉटेलाची उसाभर मोठ्या उत्साहाने करीत होता. हा नवा धंदा आपल्याला किफायतशीर होत आहे, मोटार आपल्या घरापुढे उभी राहते आणि ड्रायव्हर आपल्या हॉटेलात बसतो, या गोष्टींमुळे गावातील आपले सामाजिक स्थान उंचावले आहे, अशी त्या बापड्याची प्रामाणिक समजूत होती.

ड्रायव्हर, किन्नर आणि उतारू यांच्याबरोबर हळूहळू गावातले उपरे लोकही चहा पिण्यासाठी कुंभाराच्या घरी जमू लागले. तास-तास रिकामटेकडे विषय चघळीत बसू लागले. चहाबरोबर शेव-भजीसारखे खाद्यपदार्थ आणि विडीकाडी हेही भोजाने आपल्या हॉटेलात ठेवले. त्याच्या हॉटेलाची विक्री चांगली होऊ लागली. सकाळ-संध्याकाळ त्याच्या घरातून गिऱ्हाईक हलेना.

आणि मग बिचाऱ्या इजाप्पाच्या सुनेला लोकांच्या नजरेस न पडता घरात वावरणे मुश्कील झाले. या बजबजपुरीचा सराव झाल्यामुळे तिची लाज आखडली. कधी नवरा बाहेर गेला आणि गिऱ्हाईक आले, तर ती चहा बनवून देऊ लागली. हा व्यवहार घडता-घडता चार शब्दांची देवघेवही करणे क्रमप्राप्त झाले. इतर धंद्यांप्रमाणे याही धंद्यात नवऱ्याला बरोबरीने मदत केली पाहिजे, या जाणिवेने ती माऊली हळूहळू हरेक गोष्ट करू लागली. कुंभाराची सून परक्या माणसांना लाजेनाशी झाली. अगदी नकळत, हळूहळू बदलू लागली. त्या धंद्याला लागणारी निर्भीडता, कोडगेपणा, मोकळेपणा आणि मग किंचित फाजीलपणा हे सगळे तिच्यात येऊ लागले आणि जसजसे हे येऊ लागले, तसतशी हॉटेलची लोकप्रियता वाढू लागली. केवळ चहा पिण्याचे हॉटेल हे स्वरूप न राहता कुंभाराचे घर म्हणजे फाजील लोकांचे बसण्याचे ठिकाण झाले आणि तरीही म्हातारा इजाप्पा कुंभार आपल्या लेकाला चकार शब्दाने बोलला नाही. संतापापोटी आलेला त्याचा हा निश्चय अधिकच उग्र बनत चालला.

हॉटेल सुरू केले खरे, पण सेवावृत्तीने वागून चरितार्थ चालविणाऱ्या कुटुंबात जन्मलेल्या भोजाला वाण्याच्या धंद्यातल्या खुब्या कशा कळणार? लोक येत, चहा पीत, विडीकाडी घेत आणि म्हणत, ''भोजा, पैसे राहू देत. बाजाराला देईन.''

आणि 'भीड भिकेची बहीण' असे बजावण्याचे ठाऊक नसलेला भोजा नंदीबैलासारखी मान डोलवी. कुणाकडे दहा आणे, कुणाकडे रुपया, कुणाकडे पाच रुपये अशा बाक्या सदैव थकू लागल्या. उधारीपाधारी वाढली. माल

आणण्यासाठी पैसा कसा आणावा याची पंचाईत झाली आणि मग भोजानेही दुधाची, परगावच्या वाण्यांची बिले थकविली.

पण असे किती दिवस चालणार? पैसेवसुलीसाठी ते भोजाचे धोतर धरू लागले आणि त्याने कावलेला भोजा गावातल्या आपल्या खातेदारांना डाफरू लागला. घरोघर जाऊन तोंड वाजवू लागला. उणेदुणे शब्द बोलू जाताच गावातले लोक चिडू लागले. पैसे न देता उलट कुंभारालाच डाफरू लागले आणि कुणाच्या अध्यात ना मध्यात असलेले कुंभाराचे घर गावात अप्रिय होऊ लागले. नुसते अप्रियच नव्हे, तर हे गाव त्या घराविषयी वैरभाव बाळगू लागले.

आणि तरीसुद्धा इजाप्पा कुंभार गप्प राहिला. आपल्या गाढवाप्रमाणेच मिळेल ते खाऊन बिनबोभाट काम करीत राहिला. जे व्हायचे ते त्याने होऊ दिले. हे होताना त्याला फार यातना झाल्या. फार निग्रह करावा लागला. फार सोसावे लागले.

त्या जाणत्या माणसाने आपल्या पोराला वेळीच कसे आवरले नाही? त्याच्या डोळ्यांनी या प्रकाराकडे बघताना पापण्या कशा मिटल्या? ही उताराला लागलेली, झपाट्याने खड्ड्याकडे जाणारी गाडी त्याने आपल्या कणखर हातांनी कशी आवरली नाही?

हे अघटित खरे! पण ते झाले. इतके होईतोवर इजाप्पा गप्प राहिला. तो सुनेला बोलला नाही. त्याने पोराला दटावले नाही. गावाची विनवणी केली नाही. आपल्या माघारी घरादाराचा धनी होणाऱ्या पोराला त्याने मन मानेल तसे वागू दिले. हवे ते करू दिले!

आणि दिवस जाऊ लागले. मोटार आपले काम करीत राहिली. गाव बिघडत राहिले. इजा कुंभाराचे घर सुखाकडून दु:खाकडे झपाट्याने जात राहिले. कुंभाराची सून फार धीट झाली. गिऱ्हाइकांना चहा देताना हाताला हात लागला, तरी त्याचे तिला काही वाटेनासे झाले. कुणी फाजील शब्द बोलले, तर तीही तशाच स्वरूपात तो परतवू लागली. सामान्यत: जे शब्द बायकांच्या तोंडात येऊ नयेत, आले तरी ते लाजत-मुरकत आपल्या घरधन्याशी एकान्तात यावेत; ते तिच्या तोंडात वारंवार, चार माणसांदेखत येऊ लागले. डोक्यावर आडवी टोपी घालून कपाळावर झुलपे सोडणारा, मनगटावर मोठे घड्याळ बांधणारा, गळ्यात सोन्याची साखळी घालणारा सख्या ड्रायव्हर बोलता-बोलता डोळे मारू लागला, तरी ते तिला खपू लागले. त्याने एखादा चांगला चोळीचा खण, एखादे फैनाबाज लुगडे मोफत देऊ केले, तर ते घेण्यास तिला संकोच वाटेनासा झाला. तिला ते गोडच वाटू लागले आणि सखाराम आपल्या बायकोला वयनी-वयनी म्हणतो,

घरच्या माणसासारखा वागतो, मला भाऊ नाही, ती उणीव आपल्या वागणुकीने भरून काढतो, असे म्हणत इजा कुंभाराचा मूर्ख पोरगा आपल्या बापाचे रक्त पीत राहिला. स्वत: कर्दमात रुतत चालला.

इजा, अरे भल्या माणसा, अजून तरी त्याला आवर! संतापापोटी पाळलेले हे मौन सोड. आपल्याच करणीने हा पोर झपाट्याने नाशाकडे जातो आहे, त्याला अजून आवर!

संध्याकाळ झाली होती. दिवे लागले होते. रानामाळातून लोक परतले होते. शेजारच्या वाडीला थकबाकी वसूल करायला गेलेला भोजा अजून परतला नव्हता. रानात सरपण-काटकी गोळा करायला गेलेला इजा अजून गावच्या वेशीत शिरला नव्हता आणि सकाळी गावावरून गेलेली मोटार परत यायची वेळ झाली होती.

कुंभाराच्या घरात कंदील पेटला होता. एकटीच असलेली कुंभाराची सून सारखी आत-बाहेर करीत होती. चुलवणावर तिने चहाचे आधण ठेवले होते, कारण आता मोटार येणार होती. सखाराम ड्रायव्हर चहा पिण्यासाठी कुंभाराच्या हॉटेलात येणार होता. सासरा बाहेर होता. नवरा अजून परतला नव्हता. कुंभाराच्या सुनेलाच चहाचा कप सखारामच्या हातात द्यायचा होता. दहा जणींत उठून दिसावी असे रूप असलेली ती बाई आतल्या अंधाऱ्या माळीतून बाहेर कंदील टांगलेल्या छपरात येत होती. छपरातून लिंबाखाली येत होती. पूर्व दिशेकडे बघत थोडकी उभी राहत होती. पुन्हा आत जाऊन चुलवणापुढे बसत होती. जाळ सारीत होती. पुन्हा बाहेर ओढत होती. आधण उकळून चालले होते आणि अजून मोटार येत नव्हती. सखाराम ड्रायव्हर चहासाठी अजून उंबरा चढून येत नव्हता. जाळ वाया जात होता. आधण उकळून आटायच्या बेताला आले होते. साखर-चहाचे डबे भरलेले होते. कपबशी मांडून तयार होती आणि मोटार अजून येत नव्हती. अस्वस्थ झालेली कुंभाराची सून सारखी आत-बाहेर करीत होती.

आणि मग हळूहळू तिला 'भर्रर' आवाज येतो आहे, असे वाटू लागले. सारखा कान दिल्यावर तो आवाज मोटारचाच होता, हे पटू लागले. ते पटल्याची खात्री होते न होते, तोच टोकावर उजेड दिसू लागला. काळ्या आकाशाच्या पार्श्वभूमीवर पांढरा स्वच्छ प्रकाश नीट ओळखू येऊ लागला. घरघराट अधिक स्पष्ट झाला. प्रकाशाच्या टोकाला लखलखणारे दोन दिवे दिसू लागले. इतका वेळ नुसती घरघर येत होती; पण आता अधूनमधून पोंगा ओरडू लागला. आला, प्रकाश जवळ आला. झाडेझुडपे उजळली. उलट्या दिशेकडून जाणाऱ्या गुराढोरांचे डोळे रत्नांसारखे चमकले आणि त्यांची अंगेही दिसून नाहीशी झाली.

वळण मारून मोटार ओढ्यात उतरली. आवाज वाढला. प्रकाशझोत कुंभाराच्या घरावर पडले. कंदिलाचे डोळे दिपले. आली... मोटार कुंभाराच्या लिंबाखाली येऊन उभी राहिली. आचके देत उभी राहिली. सगळे थेटचे उतारू! कोणीच उतरले नव्हते. सख्या ड्रायव्हर तेवढा घाईघाईने उतरला. पायांतले फॅन्सी बूट वाजवीत कुंभाराच्या हॉटेलात आला.

"काय मालक, काढा काढा, च्या काढा. थांबायला सवड नाही. आं, कुणी नाही काय?"

आणि अंधाऱ्या माळीच्या दारातून कुंभाराची सून मंजूळ आवाजात बोलली, "हाय हाय... या की!"

"कुठं गेले भोजराम? म्हाताराही दिसत नाही?"

"दोघेही गेल्यात बाहेर. या की!"

हळू, चोरट्या आवाजात कुंभाराची सून अशी बोलली. मग सख्या ड्रायव्हर मांजरासारखा अंधाऱ्या माळीत गेला. भिंतीशी दबून उभ्या राहिलेल्या त्या बाईला त्याने एकदम गच्च धरली, तेव्हा तोंड वर करून तिने त्याला एक खोल मुका दिला. तोंड काढून घेतले. जीभ कोरडी केली आणि पुन्हा एक खोल मुका दिला.

आणि दुसऱ्या क्षणी इजा कुंभाराच्या बळकट हातांची पकड सख्याच्या मानेवर पडली. ती लोखंडाची बोटे अशी पडली की, सख्याला ओरडणेही झाले नाही. दरादरा ओढत इजाप्पाने त्याला पार बाहेर आणले आणि मग न बोलता-सवरता हातातल्या चिखल ओढायच्या खोऱ्याने तो त्याला बडवीत राहिला. त्या रट्ट्यांच्या वेदनांनी सख्या गुरासारखा ओरडला. मोटारीतले उतारू भीतीने जागच्या जागी लट्कन् हलले. मानेवर घाव पडते वेळी बकरे ओरडावे, तसे ते ओरडणे सगळ्या गावभर ऐकू गेले. जवळपासच्या लोकांच्या काळजाचे पाणी-पाणी झाले; पण इजा झपाट्याने घाव घालीतच राहिला. सख्याची हाडे मोडली. न ओरडता, न हलता तो चिरगुटासारखा पडला, तरी बेफाम झालेला इजाप्पा त्याला दोन्ही पायांनी चिखल मळल्यासारखा मळत होता. चिखल तोडल्यासारखा खोऱ्याने त्याला तोडीत होता.

तो भयंकर प्रकार कोणाला नीट उमगला नाही, कारण कोणालाच नीट दिसत नव्हते; तरी आतले उतारू भीतीने ओरडले आणि मग सख्याला सोडून इजा मोटारीकडे धावला. हातातले खोरे वर करून तिच्या अंगावर गेला आणि आपल्या गावाचे, आपल्या घरादाराचे, आपल्या लेका-सुनेचे वाटोळे करणाऱ्या त्या हडळीवर त्याने तडाख्यावर तडाखे हाणले. समोरची काच खळ्कन् फुटली. तुकडे रानोमाळ झाले. दिवे फुटले, धाड धाड... एक, दोन, चार... इंजिनावरचे निशाण, हा पत्रा, ही पाटी, हे चाक... उतारू भयाने ओरडून खाली उतरले आणि

धूमतकाट पळाले.

हातातले खोरे मोडून चुरा झाले, तेव्हा आसपासचे मोठमोठे धोंडे उचलून म्हाताऱ्याने त्या मोटारवर घातले.

आणि मग घामाने निथळणारा, रागाने थरथर कापणारा, जोरजोराने धापा टाकणारा तो बलिष्ठ म्हातारा आपल्या घरात आला आणि भुईवर अंग लोटून गपचीप पडला!

आता गावची कळा पार बदलून गेली आहे. मोटार वाहतूक नियमित चालू आहे. भोजा कुंभाराचे हॉटेल मोडले आहे. गाव सोडून तो शहरात जगायला जाण्याच्या तयारीत लागला आहे आणि लिंबाच्या सावलीत बसून गाडगी-मडकी घडवणारा, अष्टौप्रहर उद्योगात असणारा इजाप्पा कुंभार सख्या ड्रायव्हरचा जीव घेतल्यामुळे फासावर गेला आहे.

इजाप्पा, वेड्या, प्रचंड वेगाने येणाऱ्या या यंत्राला थोपविण्यासाठी तू तुझी टीचभर काया फुका इरेला घातलीस!

∎

२.

या दत्तारामचे झाले काय?

चिटणीसांच्या भल्या मोठ्या वाड्यात सारी पाच माणसे होती; एखाद्या मोठ्या कणगीत धान्याचे चार दाणे असावेत, तशी. घरचे चांगले होते, काही उणे नव्हते; आणि त्याचा उपभोग घ्यायला मात्र केवळ पाचच माणसे होती. त्या पाचांपैकी बाजीराव आता थोड्या दिवसांचे सोबती होते. कमरेवरचे त्यांचे शरीर शेवटची तीन हात जमीन शोधण्यासाठी खाली वाकू लागले होते. जुन्या जमान्यातला हा उंचापुरा माणूस पार थकला होता. दुपारचा एक वेळचा माफक आहार घेऊन लोडाशी टेकून बसत होता. घरात फारसे लक्ष देत नव्हता की मुलाबाळांशी तोंड मोकळे करून बोलत नव्हता. त्यांचे डोळे आता पैलतीराकडे लागले होते.

बाजीरावांचा एकुलता एक मुलगा वामनराव हा प्रकृतीने बरा होता; पण काय असेल ते असो, जगात मोकळेपणाने तो आजतागायत कधी वागला नव्हता. चार लोकांत बसणे-उठणे, बोलणे-हसणे त्याला कधी जमलेच नव्हते. असून नसल्यासारख्या या माणसाने आजपर्यंतच्या हयातीत दोन पोरांना जन्म देण्यापलीकडे काही केले नव्हते. त्याचा सगळा संसार परवापर्यंत बाजीरावांनी बघितला होता आणि आता त्यांनी पाहणे सोडून दिले, तेव्हा रमाबाई पाहत होत्या.

ही बाई मात्र नाही म्हटले तरी मोठी कर्तृत्ववान होती. आपला नवरा असा मुखदुर्बळ आहे, उभ्या हयातीत त्याच्या हातून काही झाले नाही, या गोष्टीची चीड तिला जाळीत असे आणि म्हणूनच लहान पोरांकडे ती चांगले लक्ष पुरवीत होती. या दोन पोरांपैकी मोठा दत्ताराम आणि लहान बाबू. त्यातही बाबूविषयी आशा फार थोडी होती. फळ होण्याआधी फुलालाच कीड लागावी तसा तेरा-चौदाव्या वयातच तो आजारला होता. औषधोपचार चालू होते, पण गुण नव्हता. तीन-चार वर्षे ते पोर दुखणेकरीच होते आणि म्हणूनच रमाबाईचे सारे लक्ष

दत्तारामवर केंद्रित झाले होते. चिटणीसांच्या घराचा तो एकुलता एक कोंब जिवापाड मेहनत घेऊन त्या सांभाळीत होत्या, वाढवीत होत्या.

दत्ताराम थेट बापाच्या वळणावर गेला होता. वामनरावांप्रमाणेच त्याचे शरीर बेडौल सुटलेले होते. कोरीव कातीवपणा असा बिलकूल नव्हता. एखाद्या अडग्या कुंभाराने गणपती करावा, तसा त्याला देवाने घडविला होता. अर्धी चड्डी आणि टोपी-सदरा घालून तो वेळच्या वेळी शाळेत जाई. वाटेत कधी वर डोळे उचलून इकडे-तिकडे बघत नसे. पुस्तकाची चवड सावरीत, खाली मान घालून त्याचा एकवार चालण्याचा झपाटा सुरू झाला की, तो वर्गातील बाकापर्यंत असे. इतर पोरे गडबड-गोंधळ करीत, उड्या-कोलांट्या मारीत; पण दत्ताराम आपल्या जागी वाचीत बसलेला असे. देवाने त्याला स्मरणशक्तीही कमी दिली होती. त्यामुळे वाचलेले त्याच्या ध्यानात राहत नसे. ही खोड कुणी ध्यानात आणून दिली की, त्याच्या आपोआप ध्यानात आली, कोण जाणे; पण तेव्हापासून तो वाचण्याऐवजी घोकू लागला. उतारेच्या उतारे, पानेच्या पाने पाठ करण्याचा धोशा त्याने चालविला. त्यामुळे तोंडापुढे पुस्तक धरून बसलेल्या दत्तारामचा गॅसबत्तीचा यावा तसा आवाज सारखा येत राही.

शाळेतल्या खेळात त्याने कधी भाग घेतला नाही. कधी कुणाशी मारामारी केली नाही. दत्ताराम आपल्या जागी जड धोंड्यासारखा बसून राही.

मास्तर म्हणत, ‘‘चिटणीस, उठा.’’

हा उठून उभा राही. प्रश्न विचारला की, त्याचे उत्तर देई. ते पुस्तकात असेल, तर बहुधा बरोबर येई. एरवी चुकीचे उत्तर आले की, पोरे खदखदून हसत आणि दत्ताराम लाजून खाली बघे. मास्तर कधी पुढे होत. कानाला धरून डोके हलवीत, क्वचित एक कानफाडीतही मारीत आणि म्हणत, ‘‘चिटणीस, शाळा सोडा तुम्ही. हे झेपण्यासारखं नाही तुम्हाला. कारण शाळेत येण्यासाठी मेंदू ही गोष्ट आवश्यक आहे आणि ती तुमच्यापाशी मुळीच नाही.’’

पोरे पुन्हा चेकाळत; पण दत्ताराम कधी संतापला नाही, कधी चिडला नाही. कधी गदगदून रडलासुद्धा नाही. त्याची ती कलती मान, पायाकडे बघणे, लाजणे आणि हसत-हसत खांद्याला कान घासणे तसेच चालू राही.

त्याच्या त्या वागण्याने मास्तर मग अधिक चिडत. दत्तारामाच्या अंगावर ओरडत, ‘‘षंढ आहात तुम्ही चिटणीस! बसा खाली.’’

हा खाली मान घालून बसे.

मुलाच्या या स्वभावाची अतोनात चीड येई, ती रमाबाईंना. वामनरावांसारख्या मुखदुर्बळ माणसाबरोबर त्यांनी आजपर्यंत संसार केला होता. नाइलाजाने केला होता. त्यांची कसली हौस झाली नव्हती, मौज झाली नव्हती. मनातल्या मनात कुढत-

चरफडत त्या बोटचेप्या, नेभळ्या नवऱ्याबरोबर त्यांनी दिवस काढले होता. त्याचा राग न करता, कीव करीत, चार लोकांत त्याच्या नेभळेपणाला सुस्वभाव म्हणत, त्यांनी त्याचा आब राखला होता; आणि आता मोठा मुलगा, जो या इस्टेटीचा धनी होणार होता, तोही असाच; आपल्या बापासारखाच कणा नसलेला निघावा, याची जाणीव होऊन त्या चरफडत. तरीही संयम करून दत्तारामला म्हणत, "दत्ताराम, रस्त्यानं जाताना जरा ताठ जावं. मान वर ठेवावी. चार मुलांत मिसळावं, दंगा करावा. अरे, या वयात हे करायचं नाही, तर कधी?"

दत्ताराम नजर वर न करताच म्हणे, "पण माझा अभ्यास कच्चा आहे आधीच. हे सगळं केलं, तर अभ्यास कसा होईल गं माई!"

माई मध्येच गुरकावून म्हणे, "नजर वर करून बोल. बायकांसारखा पायाकडे बघत काय बोलतोस?"

दत्ताराम वर बघे.

"म्हणे अभ्यास कसा होईल! सगळी मुलं अशीच वागतात का तुझ्यासारखी? घरकोंबडा कुठला! कधी बाहेर जायला नको, कुणाशी बोलायला नको. अशानं कसं व्हायचं तुझं जगात? भागुबाई कुठला! मला अगदी शरम वाटते बघ दत्ताराम तुझी!"

माई अशी लाह्या उडाल्यासारखी बोले, तेव्हा दत्तारामची नजर पुन्हा खाली होई. पायाच्या अंगठ्याकडे बघत तो उभा राही.

घरात कुठेतरी बसलेले वामनराव हे ऐकत आणि कावरेबावरे होत. कोट-टोपी चढवून बाहेर पडत. बावळटासारखे रस्त्यातून हिंडत राहत.

सोप्यातल्या बैठकीवर पान कुटीत बसलेले बाजीराव हे ऐकत आणि त्यांचा खलबत्ता जोरजोराने वाजू लागे. मग न राहवून ते ओरडत, "अरे, लवंग संपलीये डब्यातली. ऐकलंत का?"

आईपुढून जायची ही संधी दत्ताराम सोडीत नसे. हळू आवाजात तो जागचा न हलता म्हणे, "माई, नाना लवंग मागताहेत."

माई रागाने म्हणे, "जा, दे जा."

आणि दत्तारामची सुटका होई. नानांना लवंग देऊन तो बैठकीच्या कोपऱ्यात बसे आणि पुस्तक पुढे धरून बत्तीसारखा आवाज काढी.

नातवाची ती केविलवाणी स्थिती नानांना बघवत नसे. पान कुटून होताच त्यातला थोडासा तांबूस लगदा पुढे करून ते म्हणत, "पुरे घोकंपट्टी आता. हे घे!"

माई काय म्हणेल, ही भीती पोटात ठेवूनही दत्ताराम ते कुटलेले पान तोंडात टाकी. नातवंडाच्या पाठीवरून हात फिरवीत नाना म्हणत, "पोरांना वळण लावावं तशी ती होतात. लहानपणीच कधी वारा लागेल म्हणून त्याला बाहेर काढलं नाही.

विंचू-काटा चावेल म्हणून कधी अंधारात जाऊ दिलं नाही. सारखं सांभाळायचं, जपायचं; मग थोरपणी तो गरीब निघाला, तर त्यात दोष कुणाचा?''

नानासुद्धा हे बोलत, ते नातवालाच ऐकू यावे या बेताने. कधी काळी माईंनी ऐकले, तर आतूनच त्यांचे उत्तर असे –

''जन्मताच नेभळं असलेल्याला वळण काय लावायचं दगड?'' आणि मग हलक्या आवाजात त्या पुढे म्हणत, ''बाप तसा बेटा!''

हे असे कित्येक दिवस चालू राहिले; पण दत्तारामच्या वागण्यात बदल झाला नाही. तो उंचीने वाढला, अंगाने वाढला. इंग्रजी सहावीत गेला; पण राहिला भित्रा, मवाळ, नेभळा. आम्ही वर्गातील मुले कधी त्याच्या घरी जात नसू. कारण मैत्री करण्यासारखे दत्तारामपाशी काहीच नव्हते. ज्याच्या तोंडून धड शब्द फुटत नव्हता, तो मैत्री काय करणार? बरे, पूर्वीपासून त्याचा स्वभाव माहीत असल्यामुळे पुढे-पुढे त्याची टिंगल करणेही कमी झाले. विरोध असला, निदान चीड असली; तरच टिंगलही करावीशी वाटते. दत्तारामचा विरोध नसे, चीड नसे. तो आपला खांदे घुसळीत टिंगल ऐकून घेई. साहजिकच पोरांनी त्याचा नाद सोडला होता. वर्गात जसा फळा होता, बाके होती, डस्टर होते; तसाच दत्ताराम होता, एवढीच जाणीव सर्वांनी ठेवली; पण कधीमधी दत्तारामची आई आम्हा कुणा ना कुणाच्या घरी येई, काहीतरी निमित्त काढून येई आणि विचारी, ''का रे, येत नाहीस कधी आमच्या दत्तारामकडे? अरे, एका वर्गातली मुलं तुम्ही; यावं-जावं. हळदीकुंकू आहे आमच्याकडे उद्या संध्याकाळी. ये पन्हं-डाळ खायला.''

आम्ही जात असू. दत्तारामची आई खाऊ-पिऊ घालीत असे, पण दत्ताराम गप्प बसून असे. आई म्हणे, ''न्या रे त्याला खेळायला. ओढून न्या, पोहायला न्या.''

पण दत्तारामला नेण्याचा उत्साह कुणालाच नसे. माईचे पन्हे, डाळ, मुगाचे लाडू सगळे फुकट जाई. दत्तारामला मित्र मिळविण्याची त्यांची खटपट अनेक वेळा व्यर्थ होई.

मग मात्र ती बाई आपल्या पोटच्या पोराशी फारच कठोर वागू लागली. दृष्टीस पडला की त्याला बोलू लागली, ''मला तुझी शरम वाटते दत्ताराम. तू माझ्या पोटी आला नसतास, तर वांझोटी म्हणून दुःख करीत तरी राहिले असते; पण तू असून नसल्यासारखा आहेस. अरे, जरा मुलासारखा वाग, जरा पुरुषासारखा वाग. जरा मस्ती कर, धडपड, निदान मोठ्यांदा रड तरी!''

आणि दत्ताराम खाली बघत हे सारे ऐकून घेई, तशी ती बाई अधिक चिडे. त्या भल्यामोठ्या वाड्याचे सारे दरवाजे लावून घेई आणि हातात सापडेल त्याने –

पळीने, उलथण्याने, धुणे वाळत घालायच्या काठीने – त्याला मारू लागे. सापडेल त्या जागी ती त्याला मारीत सुटे. हाडावर आवाज होई. तिच्या हातातल्या बांगड्या फुटत. दत्तारामचे कोपर फुटून रक्तबंबाळ होई; पण तो कधी वाडाभर सैरावैरा धावतसुद्धा नसे. वेदनांनी कळवळून तो ओरडे, तोसुद्धा बारीक आवाजात; मांजराची पोरे ओरडावीत, तसा.

शेवटी माई थके. तिच्या डोळ्यांतून पाण्याच्या धारा लागत. दत्तारामला ढकलून देऊन ती जमिनीवर कोसळे आणि हुंदके देत म्हणे, ''तुला मारूनसुद्धा उपयोग नाही रे! मारणाराला फुकट श्रम! दत्ताराम, दत्तारामऽऽ माझ्या किती आशा होत्या, किती उड्या होत्या... साऱ्या मातीत घातल्यास, मातीत घातल्यास!''

आणि पडल्या जागेवरून उठण्याचेही धाडस न करता तो बारीक आवाजात रडत राही. आईकडे न बघता, कोपरांनी डोके दाबून मांजरासारखा बारीक आवाज काढीत राही.

असे वरचेवर घडले, तरी रमाबाईंनी आशा सोडली नाही. त्या पुन:पुन्हा प्रयत्न करीत राहिल्या. कारण त्यांची जिद्दच होती की, 'माझ्या या मुलाने असे राहता कामा नये. जे जिणे त्याच्या बापाने घालविले, तसे त्याने बिलकूल जगता कामा नये. मग मला त्याच्याशी कितीही कठोरपणे वागावे लागले, तरी हरकत नाही.'

म्हातारे बाजीराव केव्हा केव्हा पोराला मारल्याबद्दल सुनेला बोल लावीत. 'काही अपराध नसताना केवळ जन्मत:च त्याचा स्वभाव गरीब आहे म्हणून त्याला मारणे हे अन्यायाचे आहे. तुझ्यापाशी आईचे काळीज नाही. तुझे बरे होणार नाही.' असे स्पष्ट बजावीत.

म्हातारा हे बोलला की, रमाबाई जिव्हारी दुखावत. रडरड रडत. उपासतापास करीत. सासऱ्याला तोंडावर उलटून बोलायचे नाही, ही रीत त्या आजवर पाळीत आल्या होत्या; अजूनही पाळीत होत्या; पण आपल्या पोरावर आपली माया नाही, असे म्हातारा बोलला की, तिच्या काळजाचा तडफडाट होई. स्पष्ट तोंडावर नाही, पण या ना त्या उपायांनी त्या ध्वनित करीत, 'मी त्याची आई आहे. त्याचं जगात भलं व्हावं, गोगलगाईसारखं कुणाच्याही टाचेखाली चेपलं जाऊ नये म्हणूनच मी त्याला बोलते, मारते. तुम्ही मायेचा टेंभा मिरवू नका. उद्या त्याला आजारीपण आलं, तर सावडीन मीच; तुम्ही नाही. मी त्याची आई आहे. नऊ महिने भार वाहिला आहे मी. मी मारीन आणि जवळही घेईन. तुमच्यासारख्या हजार आज्यांची माया एकत्र केली, तरी माझ्या मायेची सर त्याला येणार नाही. कसंही झालं तरी मी त्याची आई आहे!'

बोलून पाहिले, मारून पाहिले, सारे उपाय थकले; तेव्हा माईंनी बसून विचार केला – हा पोरगा धीट कशाने होईल? मनातला मवाळपणा जाऊन जगाच्या धकाधकीत तग धरण्याइतपत बळ त्याच्या अंगी कशाने येईल, याचा त्यांनी विचार केला आणि निर्णय घेतला. त्या निर्णयाने क्षणभर त्यांचे त्यांना समाधान झाले. तांदूळ निवडताना विचार करून घेतलेला हा निर्णय माईंनी पहिला भात वाढताना त्याच रात्री नवऱ्याला आणि सासऱ्याला ऐकविला.

"दत्तारामचं शाळेतलं असं हे शेवटलं वर्षं. इथं शाळेत काही नीट शिकवीत नाहीत म्हणे. मी म्हणते, त्याला शहरगावी पाठवावा वर्षभर, म्हणजे अभ्यास होईल आणि सुटेलही पहिल्या वर्षी!"

वामनराव खाली बघून जेवत होते. त्यांनी नजर वर करून पाहिले आणि बायकोच्या डोळ्याला डोळा भिडताच ओठात आलेले शब्द घासाबरोबर गिळले.

बाजीराव मात्र शांतपणाने म्हणाले, "अभ्यासाचं नाव कशाला घेता? अंगावेगळा करून तरी दत्ताराम सुधारतो का, ते बघायचं आहे तुम्हाला!"

रमाबाई स्पष्टपणे म्हणाल्या, "हो, तोही विचार आहेच."

"चांगला आहे, पण अद्याप तो कधी एकटा राहिला नाही. भांबावेल, घाबरेल. सुरुवातीला काही दिवस तरी कुणी पाहिजे त्याच्यापाशी!"

"पाण्यात पडल्यावाचून पोहण्याची भीती मरत नाही. भांबावेल, घाबरेल आणि मग आपोआप धीट बनेल!"

"ठीक आहे, मग पाठवा." असे म्हणून बाजीराव निमूट जेवून आचवले.

वामनरावांनी खूप चुळबूळ केली; पण विरोध कधीच बोलून दाखविण्याची सवय आणि धारिष्ट्य नसलेल्या त्या माणसाने तोंड उघडले नाही.

आणि अखेरीस रमाबाईंनी आपल्या भित्र्या पोराला तोडून दूर केले. जन्मल्यापासून आजपर्यंत त्यांनी कधी त्याला एकट्याला कुठे पाठविले नव्हते, ते पाठविले. आजोबांनी वरचेवर आपल्या नातवाच्या पाठीवरून हात फिरविला. ते म्हणाले, "पोरा, माणूस एकटा येतो, एकटा जातो. जा, आनंदात राहा."

वामनरावांनी धोतराच्या सोग्यांनी वरचेवर चेहरा पुसला आणि हलकेच दहा रुपयांची एक नोट दत्तारामच्या हाती देऊन ते पुटपुटले, "असू दे. वेळ आहे, उपयोग होतो."

रमाबाईंना फार वाटत होते. 'हा एकुलता एक पोरगा...' आपल्या दृष्टीपुढून तो नाहीसा होताना त्यांना फार यातना होत होत्या, पण त्या त्यांनी निग्रहाने दडवल्या. त्या फार बोलल्या नाहीत. त्यांनी चेहऱ्यावर काळजी दाखविली नाही. डोळ्यांच्या कडा ओल्या केल्या नाहीत.

दत्ताराम सर्व्हिस मोटारीत बसला, तेव्हासुद्धा त्या म्हणाल्या, ''जवळ आहे म्हणून इकडे येऊ नकोस. महिना-दोन महिन्यांतून येत जा. आता दिवाळीच्या सुट्टीतच ये.''

आणि मोटार सुटली. अंगाचा संकोच करून कोटाची तोकडी कॉलर एका हाताने गच्च पकडून दत्तारामने आपल्या आईकडे शेवटचे बघितले. रमाबाईंनी तोंड फिरविले.

दत्ताराम मोडनिंबच्या हायस्कुलात शिकायला गेला. माईंनी त्याला पाठविले. नव्हे, त्यांनी पोहायला यावे म्हणून त्याला खोल डोहात आपल्या हातांनी ढकलून दिले!

मग दिवस भराभर जात राहिले. कधीमधी दत्तारामचे पत्र येई. त्याला एकटे वाटते, आईची आठवण येते असा मजकूर असे. तो वाचून माईंच्या अंत:करणाची कालवाकालव होई; पण त्यांनी मुलाला भेटण्याचा मोह निग्रहाने आवरला. उत्तरे पाठविली, तीसुद्धा चार ओळींची; जरुरीपुरत्या मजकुराची. पत्रातूनसुद्धा त्यांनी माया दाखविली नाही. मनाचा धोंडा करून त्यांनी ही वागणूक सतत चालू ठेवली.

सणासुदीला बाजीरावांना नातवंडाची आठवण येई. पानावर बसल्या-बसल्या ते म्हणत, ''आज दत्ताराम बोर्डिंगची भाकरी खात असेल! सणासुद कुठले तिथे!''

माई उत्तर देत नसत. वामनराव बोलत नसत, पण सणासुदीचे ते गोडधोड जेवण दत्तारामच्या आठवणीने कडू होई. सर्वांच्या तोंडावर अवकळा येई.

आम्ही बरोबरीची मुले शाळेला चाललो की, माई दरवाजात येऊन बघत उभ्या राहत. त्यांचा चेहरा कष्टी दिसे. कारण पुढे-पुढे दत्तारामची पत्रेही नियमित येईनाशी झाली. उत्तरे येईनाशी झाली.

बोल-बोल म्हणता वर्ष झाले. दिवाळीची सुट्टी झाली, तरी दत्ताराम आला नाही. माईने पाठविलेल्या पत्राचेही त्याने त्रोटक उत्तर पाठविले होते की, 'अभ्यास कच्चा आहे, तो करतो. माझी वाट बघू नका!' हे उत्तर वाचून सर्वांना अतोनात वाईट वाटले, तरी माईंना सूक्ष्म आनंद झाला. बाहेरगावी धाडल्याने दत्ताराम सुधारला, असे त्यांना निश्चित वाटले आणि मुलाची मनोमनी आठवण करीत त्यांनी सण पार पाडला.

बाजीराव आता झपाट्याने थकू लागले होते. दिवसातला बराच वेळ ते बैठकीवर पडून असत. दत्तारामला बाहेरगावी पाठविल्यापासून ते फारच कमी बोलत

होते. धाकटा बाबू अंथरुणातच होता आणि वामनराव दिवसातला बराच वेळ बाहेर काढत होते. अलीकडे रामनाथाच्या देवळात काही मंडळींनी वर्गणी करून वर्तमानपत्रे मागवायला सुरुवात केली होती. सकाळच्या प्रहरी उठून वामनराव देवळात जात. दुसरे कोणी वाचत असले की, त्यांचे संपेपर्यंत गप्प बसून राहत आणि मग जेव्हा मिळेल तेव्हा वर्तमानपत्र समग्र वाचून काढीत. जाहिराती आणि नोटिसासुद्धा वाचून काढीत.

बेचाळीसची चळवळ अचानक सुरू झाली आणि रोज सनसनाटी बातम्या येऊ लागल्या. आज इथे गोळीबार झाला, उद्या तिथे पोलिसांचे मुडदे पाडले, कुठे स्टेशन जाळले, कुठे शाळा जाळली, सगळीकडे पेटले, तेव्हा आमच्या गावीही ठिणगी पडली. हरताळ, सभा, मिरवणुकी धडाक्याने होऊ लागल्या. कुणी तुरुंगात गेले, कुणी फरारी झाले. शिकण्यासाठी पुण्याला, सांगलीला गेलेली मुले शाळा-कॉलेजे बंद झाली म्हणून गावी आली.

हा असा चोहीकडे डोंब पेटला, तेव्हा वामनराव मनातून घाबरले. त्यांना दत्तारामची चिंता वाटू लागली. ते गरीब पोर असल्या भानगडीत पडणार नाही, याची त्यांना खात्री होती; पण या धामधुमीच्या काळात त्याने परत यावे, घरी सुरक्षित राहावे, असे मात्र वाटू लागले आणि हलक्या आवाजात आपली ही काळजी त्यांनी माईंपाशी बोलून दाखविली.

पण माई म्हणाल्या, ''काही नाही होत. शाळा बंद झाली, तर येईल आपोआप. आता तो का लहान आहे काळजी करायला?''

आणि वामनराव गप्प बसले.

मग एके दिवशी वर्तमानपत्रात बातमी आली की, शाळेच्याच मुलांनी मोडनिंबचे हायस्कूल जाळले. धरपकड झाली. अमुक मुले सापडली, अमुक फरारी झाली.

वामनरावांनी ही बातमी घाईने येऊन घरी सांगितली, पण माईंना काही वाटले नाही. एवढे मात्र वाटले की, 'आज ना उद्या दत्ताराम परत येईल. त्याचे पत्र येईलच, पण चार दिवसांत तोही येईल. हायस्कूल जाळले तर करतो काय, जातो कुठे? आणि त्या उत्सुकतेने वाट बघत राहिल्या.'

पण दत्तारामचे पत्र आले नाही. पोस्टमन रोज दारावरून जाई. रोज सकाळ-संध्याकाळ मोटार रिकामी येई. पत्र आले नाही, दत्ताराम स्वतःही आला नाही.

महिना-दोन महिने गेले, तरी दत्तारामचे काहीच कळले नाही, तेव्हा वामनरावांनी बोर्डिंगकडे चौकशी केली आणि उत्तर आले की, शाळा जाळल्या दिवसापासून

दत्ताराम बेपत्ता होता. तो पकडला गेला नव्हता. जाळणाऱ्या पोरांत तो होता की नव्हता, तेही माहीत नव्हते; पण सामानसुमान सगळे तसेच सोडून अंगावरच्या कपड्यांनिशी दत्ताराम नाहीसा झाला होता.

हे उत्तर वाचताच माईंचे डोळे चमकले. जन्म दिल्यापासून पहिल्यांदा त्यांना आपल्या थोरल्या पोराविषयी अभिमान वाटला. 'माझा दत्ताराम नेभळट नाही.' हे मनोमनी पटताच त्यांचा ऊर अभिमानाने भरून आला. बेफिकिरीने त्या वामनरावांना म्हणाल्या, "जाऊ दे गेला तर. देशासाठी इतकी मुले तुरुंगात गेली, मारली गेली. माझ्या मुलानंही काही केलं. हरकत नाही गेला तर!"

आणि खरोखरीच माई बेफिकीर होत्या. 'दत्तारामने शाळा जाळण्याचे धारिष्ट्य केले; एवढेच नाही, तर शिपायांना न सापडता तो पळून गेला, नाहीसा झाला, हे काय कमी झाले?' बोर्डिंगातल्या लोकांनी कळविले नाही, तरी त्यांचे त्यांना निश्चित वाटले, 'माझ्या कठोर बोलण्याचा, वागण्याचा इष्ट तो परिणाम झाला. माझा दत्ताराम धीट झाला. आता त्याला नेभळा कोण म्हणेल? मी वळण लावले नाही, असे कोण म्हणेल?'

दत्ताराम असे काही करेल, हे वामनरावांना शक्य वाटले नाही. बाजीरावांना तर नाहीच नाही. त्या गरीब पोरावर कुणी तरी आळ आणला असेल आणि तो टाळण्यासाठी तो जीव घेऊन कुठे तरी पळाला असेल, म्हणून त्यांनी काळजी व्यक्त केली.

पण माईंची ठाम समजूत होती की, 'दत्तारामने धाडस केले आणि धाडसाने तो पळालाही. आज ना उद्या तो लपत-छपत येईल, रात्रीचा दारावर थाप टाकील आणि मी त्याला घट्ट छातीशी धरीन. नेभळा म्हणून इतकी कठोर बोलले, मारले, त्या माझ्या दत्तारामवरून मी मीठ-मिरची ओवाळीन. तो शूर आहे, धाडसी आहे. आपल्या बापासारखा नेभळट नाही! बिलकूल नाही!'

पण दिवसांमागून दिवस गेले, महिन्यांमागून महिने गेले, वर्षांमागून वर्षे गेली, तरी दत्ताराम घरी आला नाही. चळवळीचा भडका विझला. तुरुंगातले लोक सुटले. पुन्हा शाळा बांधल्या गेल्या. मुले पूर्ववत शिकू लागली. परीक्षा, सुट्ट्या पुन्हा सारे व्यवस्थित घडू लागले; पण दत्तारामचा कुठे मागमूसही लागला नाही.

आपणच बोललो तर चौकशी होईल, पोलीस-तपास होईल, दत्ताराम पकडला जाईल, तुरुंगात जाईल म्हणून माईंनी चौकशी केली नाही. काळजातली चिंता कुणापाशी बोलून दाखविली नाही. संशयाने लोक बोलू लागले, तरी खोटेनाटे सांगून त्यांनी सारवासारव केली; पण दत्तारामचा काहीच पत्ता लागेना, तेव्हा त्यांच्या काळजाने ठाव सोडला. त्यांनी उघडउघड चौकशी केली. चारी दिशांना पत्रे धाडली; माणसे धाडली. नवरा बरोबर घेऊन स्वत: त्यांनी शहरे पालथी घातली; पण दत्ताराम

मिळाला नाही. तो कुठे गेला, का गेला, केव्हा गेला काही समजले नाही.

माई घाबऱ्या झाल्या; रडल्या, भेकल्या. त्यांनी नवस केले, सायास केले. जे करायचे, ते त्या बाईने सगळे केले; पण दत्तारामचा शोध लागला नाही.

ती आई अशी वेडिपिशी होऊन सारे उपाय करीत राहिली, तरी लोकांना हे खरे वाटले नाही. त्यांना वाटले की, आपला फरारी पोर शिपायांना सापडू नये, म्हणून ही बाई बतावणी करते आहे. पोरगा तिला भेटला आहे आणि तिने त्याला आपल्या नातलगाच्या वाड्यात सुरक्षित ठेवले आहे. तिच्या दु:खाची कीव कुणी केली नाही, कुणी मनावर घेऊन मदत केली नाही. त्या माऊलीची लोकांनी उलट थट्टा केली. चेष्टा केली. तिची वागणूक म्हणजे एक मुद्दाम रचलेले नाटक ठरवून सर्वांनी तिची उपेक्षा केली.

आणि वर्षे गेली. भराभर गेली. माई शोध करीतच होत्या. हा तुरुंग, तो तुरुंग; ती कचेरी, तो पोलीस-अधिकारी... कुणाचे पाय धर, कुणापाशी डोळ्यांतून पाणी काढ, कुणाच्या हातात मूठभर रुपये ठेव. 'बाबांनो, माझं आहे, ते सगळं देते, पण माझ्या मुलाचा शोध लावा. त्याला मला भेटवा.' पण शोध लागला नाही. अफाट समुद्रात पडलेल्या पाऱ्याच्या थेंबाप्रमाणे दत्ताराम नाहीसा झाला, तो झालाच. त्याचे काही कळले नाही.

स्वातंत्र्य मिळाले. आनंद झाला. तोरणे, गुढ्या उभारल्या गेल्या. अनेक वर्षे नाहीसे झालेले लोक घरोघरी आले. लांब मुदतीची शिक्षा झालेले लोक सुटले, तरीही दत्ताराम आला नाही. 'आता त्याने कुठे का राहावे? उघड का होऊ नये? घरी का येऊ नये? अखेर त्याचे झाले तरी काय? कुठे तुरुंगात डांबल्या स्थितीतच ते बापडे पोर मरून गेले आणि अधिकाऱ्यांनी त्याचा पत्ता लागू दिला नाही की काय? का घाबरून रानावनातून पळता-पळता शिपायाच्या गोळीने त्याचे काळीज फोडले? का कुठे अनोळखी शहरात एकाकी भटकताना त्याच्या अंगावर मोटार गेली? का केवळ योगायोगाने याच वेळी फास लावून घेऊन त्याने आपल्या नेभळ्या आयुष्याचा शेवट केला?

'अरे, या पोराचे झाले तरी काय?

'काय समजावे, काय गृहीत धरावे? मेला म्हणून मोकळे व्हावे की अजून परत येईल म्हणून आपल्या मरणापर्यंत आशा धरीत राहावे? काय, करावे काय?'

झाल्या गोष्टीला दहा वर्षे होऊन गेली आहेत. बाजीराव केव्हाच वारले आहेत. तो आजारी पोरगाही त्यांच्या मागोमाग चालता झाला आहे. चिटणीसांचा भला

मोठा वाडा भयाण, भकास झाला आहे. एकमेकांशी न बोलता वामनराव आणि माई त्यातून वावरत आहेत. पोटाला पाहिजे म्हणून माई काहीतरी उकडतात. मुकाट्याने बसून खातात, नवऱ्याला घालतात आणि दिवा घालवून अंथरुणावर पडतात.

दिवसा वाड्यात कोणी येत नाही, जात नाही. रात्री घटकाभर दिवा दिसतो-न दिसतो. आम्ही दत्तारामच्या बरोबरीची मुले त्या वाड्यावरून जाण्याचे टाळतो. माई दिसल्या की, आमच्या आया तोंड चुकवतात.

वामनराव अजूनही वर्तमानपत्रे वाचीत रामनाथाच्या देवळात बसतात. माई मात्र पार खचल्या आहेत. लिंबासारखी कांती असलेली ती बाई काळीठिक्कर पडली आहे. मृत्यूचे दूत असे पांढरे केस तिच्या माथ्यावर दिसू लागले आहेत.

तिने आता शोध करायचे सोडले आहे आणि सारा भार देवावर घातला आहे. अजूनही तिला वाटते की, अचानकपणे दार वाजेल आणि ओळखता न यावा असा दत्ताराम समोर उभा राहील. होय, माईंना अजूनही असे वाटते. त्यांचे डोळे आता बारीक आणि संशयी झाले आहेत. आवाज कायमचा हळू झाला आहे. साधी गोष्टसुद्धा त्या कुजबुजत बोलतात. दारात एखादा नवखा भिकारी, दाढीवाला गोसावी आला की, भिक्षा न वाढता त्याला न्याहाळीत उभ्या राहतात. कुण्या वेषात कधी दत्ताराम आला, तर त्या चुकणार नाहीत. भिकारी समजून त्याच्या झोळीत भिक्षा घालणार नाहीत. त्यांची झोपही चांगली सावध झाली आहे. घरात उंदीर-घूस धडपडली की, त्या जाग्या होतात. वामनरावांना हाका मारून जाग्या करतात, कंदील लावतात आणि दरवाजा उघडतात. होय, दत्ताराम कधी रात्री-अपरात्री आला तरी त्याला त्या फार वेळ बाहेर उभे करणार नाहीत आणि तो येणार, हे नक्कीच!

आज ना उद्या माईंचा दत्ताराम येईल. हाल-वनवास सोसून, जगातले टक्केटोणपे खाऊन अखेर तो माईंना भेटायला येईल. जातो कुठे? कितीही झाले तरी आतडे आहेच की!

दहा वर्षे झाली; पण माईंना अजूनही वाटते, दत्ताराम येईल!

■

३. काळी आई

आपल्या रानातल्या वडाखाली म्हातारे अप्पा बसले होते. उभ्या केलेल्या गुडघ्यांभोवती त्यांनी हाताची मिठी घातली होती आणि मान खाली घालून डोळे मिटले होते.

आसपास माणूसकाणूसही नव्हते. गुरेढोरे नव्हती. नांगरून पडलेल्या जमिनी ऊन खाऊन खरपूस झाल्या होत्या आणि पावसाची वाट बघत होत्या. अशा वेळी रानात कोण येणार? आता रानात काही काम नव्हते. पाऊस पडला; तो पिऊन जमिनी फुगल्या, मऊ आल्या म्हणजे पेरा होणार होता. वर्षातले महत्त्वाचे काम सुरू होणार होते. तोपर्यंत आता रानात काही उद्योग नव्हता. गुरेढोरे हिंडतील म्हणावे, तर धनगराच्या मेंढरांनी रानातले बारीकसारीक कस्पटसुद्धा टिपले होते. मग इकडे कोण कशाला फिरकेल? त्यात ही अशी दुपारची वेळ. पाखरेसुद्धा उन्हाच्या सणाक्याने घाबरी होऊन झाडाझुडपांत गप्प बसली होती.

आणि अशा वेळी म्हातारे अप्पा वडाच्या सावलीत उगीच बसले होते. खाली मान घालून गप्प बसले होते. कमरेला जाडेभरडे धोतर, अंगात बाराबंदी आणि डोईला पांढरा रुमाल ल्यालेले, वयाची साठी उलटलेले.

हा म्हातारा अशा वेळी रानात कशाला आला होता? या रखख उन्हात इथे येण्यावाचून त्याचे काय अडले होते? हे थकले-भागले शरीर चार भिंतींच्या आडोशाला मऊसूत अंथरुणावर आरामात पसरायचे सोडून हा वेडा माणूस अंग अवघडून असा मातीत का बसला होता? त्याचा कर्तासवरता मुलगा त्याला म्हणाला नाही का की, 'काय अडलंय अशा वेळी रानात जायचं? बसा निवान्त आता. म्हातारपणी कशाला घेता ही दगदग?'

सुलक्षणी सून सासऱ्यासाठी भिंतीच्या कडेला काळेभोर घोंगडे आणि त्यावर पांढरेशुभ्र धोतर अंथरून खालच्या मानेने पुटपुटली नाही का की, 'काय ऊन पडलंय बाहेर!'

का म्हातारपणी याची मुले याला विचारीनाशी झाली आहेत? याला वेळच्या वेळी खाऊपिऊ घालीत नाहीत? पानतमाखूला पैसाअडका देत नाहीत? तीर्थक्षेत्रे फिरण्याची याची इच्छा त्यांनी कानाआड टाकली आहे का? जुन्या, मोडलेल्या औतासारखे त्या पोरांनी या म्हाताऱ्याला अडगळीला टाकले आहे काय?

वर वडाच्या डहाळ्यांत बसलेली एक साळुंकी मंजूळ बोलून गप्प झाली आणि इतका वेळ गप्प असलेल्या अप्पांनी मान वर केली. चेहऱ्यावर रेषांचे जाळे झालेले. हनुवटीवर दाढीचे पांढरे खुंट माजलेले. खोल गेलेल्या डोळ्यांची उघडझाप होताच त्यांतून पाणी आले. कडांशी तरारले. पाखरांची चिवचिव काही आजच ऐकली होती त्यांनी? पण ती आज त्यांना जाणवली खरी! आपल्या रानातल्या या विशाल वटवृक्षावर असे गंधर्वासारखे गाणारे पक्षी आहेत, याची जाणीव होऊन अप्पा कष्टी झाले.

सरता काळ आला म्हणजे माणूस फार हळवा होतो. त्याचे मन फार दुखरे होते. होय, अप्पांचा आता सरता काळ होता. त्यांचे शरीर फार थकले होते. त्यांचे मन फार थकले होते. आता आपल्या घरात बसावे, दोन्ही वेळा ऊन-ऊन खावे आणि आयुष्याचे हे अखेरचे दिवस निवान्तपणे काढावेत, असे त्यांना वाटत होते. आता या शिवाराची, या काळ्या आईची सेवा त्यांच्या हातून होत नव्हती. म्हणजे त्यांना या उसाभरीचा वीट आला होता असे नव्हे; त्यांचा नाइलाज झाला होता. निव्वळ नाइलाजाने ते आपल्या या आईला कायमचे दूर करीत होते आणि तसे करताना त्या म्हाताऱ्या मनाचा अति तडफडाट होत होता, जीव तीळ-तीळ तुटत होता.

डोळ्यांतले पाणी मनगटाला पुसून अप्पांनी समोर बघितले. काळ्याकरंद जमिनीचा पट्टा सरळ जाऊन गावओढ्याशी भिडला होता. त्यांना वाईट वाटले. या भूमीतला हातन् हात त्यांना माहीत होता. कुठे गळ्याइतकी काळीकरंद माती होती आणि कुठे चार हातांखाली मुरूम होता. कुठे बाजरीचे कणीस दोन वीत वाढते आणि कुठे हरभरा गुडघ्यापाशी टेकायला येतो, हे त्यांचा अचूक माहीत होते. ही सुपीक जमीन आपल्या आईइतकी त्यांच्या माहितीची होती. तिने त्यांना सोन्याचा घास देऊन वाढविले होते आणि त्यांनी तिची मनापासून सेवा केली होती. दोघेही एकमेकांना कधी विसंबली नव्हती. आजवर कधी त्यांची ताटातूट

झाली नव्हती आणि आता मात्र या मायमाऊलीचा ते निरोप घेणार होते. केवळ नाइलाज म्हणून तिला दुसऱ्याच्या हाती सोपविणार होते.

बघता-बघता अप्पांचे डोळे पुन्हा भरून आले. पलीकडे रानाच्या टोकाला निळे-पांढरे आकाश पसरले होते. तिथूनच यमाचे दूत त्यांना घेऊन जाण्यासाठी येणार होते.

"या बाबांनो, आता लवकर या... माझी तयारी झाली आहे!"

अप्पा आपल्याशीच पुटपुटले आणि मग आपण निरवानिरव केली हे बरेच झाले, असे त्यांना वाटले.

ही जमीन आता सुदाम दाजी विकत घेणार होता. ती त्याने घ्यावी, हे अप्पांनी आपण होऊन त्याला सांगितले होते. कारण त्याच्यापाशी पैसा होता. त्याची पाच मुले खाणारी होती. त्याच्या पदरात फारशी जमीन नव्हती. यापुढे अप्पांची मालकी या जमिनीवर राहणार नव्हती. ती सुदाम दाजीकडे जाणार होती.

'ठीक आहे, आहे त्याच्यापाशी पैसा; त्यामुळे तो हिला विकत घेईल; पण तिची नीट काळजी घेईल का? त्याला कुठे ठाऊक आहे की, या आईची अशी सेवा केली, तरच ती आपल्याला सोन्याचा घास देते, आपल्याला भरविते, वाढविते? एकट्या आपल्यालाच नव्हे, तर आपल्या गुराढोरांनासुद्धा. हो, हिने आजवर मला सांभाळले आहे, माझ्या गुराढोरांना सांभाळले आहे; आणि आज ती मी दुसऱ्याला देतो आहे.

'माझे एक जाऊ दे; पण हिच्या माघारी माझ्या डफळ्या-राजांना कोण सांभाळील? तेही आता माझ्यासारखेच म्हातारे झाले आहेत, थकले आहेत. आता त्यांना बसून खाणे आवश्यक आहे. पण ते कोण देणार? आणि माझी ढवळी गाय आणि तिचे तान्हे वासरू? त्यांची उठाठेव कोण करणार? जमिनीबरोबरच दाजी सारी गुरेढोरेही घेईन म्हणतो. पण त्याला काय माया येणार यांची? तो मारील माझ्या मुक्या जनावरांना. कामाखाली जीव घेईल त्यांचा!'

उन्हाच्या सणक्याखाली रानातली झाडे अगदी गप्प होती. जणू आपल्या म्हाताऱ्या धन्याबरोबर तीही दुःख भोगीत होती. जसे अप्पांना त्यांना सोडवत नव्हते, तसे त्यांनाही धनी जायला नको होता.

पण आता अप्पांना जाणे भाग होते. त्यांचे आता भरत आले होते आणि ही जमीन आता त्यांनी कुणासाठी राखून ठेवायची? आता काबाडकष्ट कुणाच्या भल्यासाठी करायचे? वास्तविक, हे त्यांना पूर्वीच पटले होते. साथीच्या साली

त्यांची कर्तुकीला आलेली दोन मुले, त्यांची घरगाडा रेटणारी करारी बायको बघता-बघता निघून गेली. सारा पसारा सोडून या भरल्या ताटावरून उठली. या दुनियेत अप्पांना एकटे-एकटे सोडून कायमची गेली, तेव्हाच अप्पांना ही विफलता जाणवली होती. ज्याच्यासाठी करायचे असे आता कोणीच राहिले नव्हते, हे समजून चुकले होते; पण तरीही ते राबत आले होते. ही काळी आई कशीत आले होते. पेरणी, कापणी, मोडणी जोमाने करीत आले होते. कारण ते न करता त्यांना जगता आले नसते. हवा, अन्न, पाण्याइतकेच हे सगळे करणे त्यांना आवश्यक होते.श

त्यांचे ते खपणे, कष्टणे बघून गावातले लोक बोलत, "अतिलोभी आहे म्हातारा. याला काय करायचं आहे आता हे करून? कोण आहे मागं पोरबाळं? नष्टांश होणार हे दिसतंय, तरी लोभ काही सुटत नाही म्हाताऱ्याचा!"

पण अप्पांना कशाचा लोभ होता, ते कुणाच्या मायाजाळात गुंतले होते, हे कुठे त्यांना ठाऊक होते?

भावकीतले लोकही अप्पांना भारी जपत. मोका साधून त्यांना मदत करण्यासाठी टपून असत. घराशेजारी घर असलेला काळा भावड्या त्यांची फार काळजी घेई. सणासुदीला म्हाताऱ्याला गोडधोड धाडी. कारण अप्पा जेवायला दुसरीकडे जात नसत. अप्पांचे कपडे मळले म्हणजे तो म्हणे, "अप्पा, द्या तो तुमचा कुडता इकडे. आणील धुऊन तुमची सून!"

पण तो हे नाते का जोडत होता, हे अप्पांना बरोबर माहीत होते. हा धूर्त माणूस त्यांच्याशी असा चांगुलपणाने का वागत होता, हे त्यांना पक्के ठाऊक होते. म्हाताऱ्याने आपल्याला दत्तक घ्यावे आणि ही सर्व इस्टेट आपल्याला मिळावी, हा त्याचा कावा जाणून ते त्याचे उपकार घेत नव्हते.

"बाबा रे, माझे हात चालत आहेत. माझी काळी आई माझ्या पोटापुरतं देते आहे. तुमच्यावर काय म्हणून मी भार टाकू?" असं बोलून ते उडवून लावीत.

आणि मग वैतागाने तो पोरगा म्हणत असे, "मरायला टेकला म्हातारा, तरी त्याची आशा सुटत नाही. असल्या लोभी माणसाला मरण नीट येणार नाही. झिजून मरेल!"

बरोबरीची म्हातारीकोतारी कधी हलक्या आवाजात उपदेश करीत, "अप्पा, आता थकलास. कशाला करतोस ही उठाठेव? कुणाला दत्तक घे. निदान जमीन खंडानं, बटईनं लाव आणि निवान्त बसून खा आता!"

पण अप्पांना ते पसंत नव्हते. 'मानलेला पोरगा काय आपल्या जमिनीची, गुराढोरांची काळजी घेणार? बटईचा वाटेकरी काय तिला खतपाणी घालणार? छे!

पायांत बळ आहे तोपर्यंत तरी मी माझ्या आईची आबाळ करणार नाही. तिला अंतर देणार नाही. माझ्या माघारी जे होईल, ते होईल.'

लोक म्हणत, ''या अप्पाच्या माघारी भावकीत भांडणं होतील, वारसासाठी खून पडतील.''

''पडोत खुशाल. माघारी काय होईल याची काळजी मी कशाला करू? मी करणार नाही. कुणी, कितीही सांगितलं, तरी माझी जमीन मी दुसऱ्याच्या हवाली करणार नाही!''

ही जिद्द त्यांनी आजपर्यंत रेटली होती, पण आता रेटणार नव्हती. आता पायांत बळ नव्हते. पूर्वीसारखे कष्ट होत नव्हते. म्हणूनच अप्पा आपली जमीन दुसऱ्याला देणार होते. विचार करकरून त्यांनी हे निश्चित केले होते.

सुदाम दाजी दुसऱ्या दिवशी सकाळच्या प्रहरी येणार होता. गाडीत घालून अप्पांना तालुक्याला नेणार होता. अंमलदारासमक्ष खरेदीपत्र होणार होते. स्वतःची सही देऊन अप्पा जमीन देणार होते आणि तिच्या बदल्यात कागदाच्या चिटोऱ्या घेणार होते.

हे सगळे दुसऱ्याच दिवशी घडणार होते. लेकरालेकरी अन्न देत आलेली ही कामधेनू आता कायमची अंतरणार होती. पुन्हा गुडघ्यात मान घालून अप्पा बराच वेळ बसले.

मग हळूहळू उन्हाचा ताप कमी झाला. वारा हलू लागला. वडाच्या झाडावरच्या साळुंक्या मंजूळ बोलू लागल्या. झाडाझुडपांत दडलेले व्हले हुंकारून खाली उतरले. कण-दाणा शोधण्यासाठी माना हलवीत तुरुतुरु हिंडू लागले. आकाशातून कावळ्यांच्या भराऱ्या सुरू झाल्या. सावल्या लांबल्या.

अप्पा हलकेच उठले. काठी टेकीत चालू लागले. जोड्यांतले थकिस्त पाय ओढीत आपल्या जमिनीतून चालू लागले. बांधाबांधाने जावे आणि एकवार ही मायमाऊली डोळे भरून बघून घ्यावी, म्हणून हळूहळू जाऊ लागले.

तापलेल्या जमिनीचा वास त्यांनी हुंगून घेतला. बांधावर तरारलेल्या लिंबाचे डहाळे कुरवाळले. नेपतीच्या झुडपात रानचिमण्यांनी गवताचे घरटे गुंफले होते. वाऱ्याबरोबर झुलणाऱ्या त्या झुंबरातून एक चिमणी उलटी डोकावली. तिचे अंग तरवडाच्या फुलासारखे पिवळे मातकट होते. अप्पांना बघताच चिवचिवाट करीत ती भुर्रकन उडाली. कुठूनतरी कोकाट्यांचा एक थवा गोंगाट करीत बाभळीच्या झाडावर बसला.

ही बाभळी-निंबाची रोपटी अप्पांनी कशी जीव लावून सांभाळली होती! जनावरांनी ओरबाडू नयेत, तुडवू नयेत, म्हणून त्यांनी त्यांच्याभोवती काटे लावले होते. वरचेवर त्यांच्या बुडाची माती हलवली होती. आळे केले होते. ओढ्यातून तपेली-तपेलीभर पाणी आणून त्यांना घातले होते. ती आता केवढी झाली होती!

आणि त्यांचा थोराड बांध्याचा मुलगा सदाशिव एकदा त्यांना म्हणाला होता, ''या झाडांना कशाला इतकं जपता अप्पा? पावसाच्या पाण्यानं वाढतील आपसूक; आणि नाही वाढली म्हणून काय मोठं नुकसान आहे? फळंझाडं असती, तर फळं तरी खाल्ली असती!''

वेडा पोर! अरे, कुऱ्हाडीचा दांडा मोडला, गाडीचं जू कचकलं; तर कुणाच्या दारी जाशील? फळझाडांपेक्षा ही झाडंच आपल्याला अधिक उपयोगी. हा लिंब उद्या मोठा झाला म्हणजे खुशाल दहा खण इमारत बांध की त्याची! तुझ्या बापानं बांधलेली इमारत किती दिवस टिकेल? आणि जरी टिकली, तरी उद्या तुझा वेलविस्तार वाढला म्हणजे? सगळ्यांना निवारा तरी पाहिजे? त्या वेळी म्हणशील, आमच्या म्हाताऱ्यानं रानात झाडझूडसुद्धा नाही ठेवलं!

ही झाडे वाढली, पण सदा गेला. कुठला वेलविस्तार आणि काय? असो. प्रभूची मर्जी!

हिंडता-हिंडता दिवस डोंगराआड बुडाला. पश्चिम दिशा तांबडीलाल झाली. पाकोळ्या गिरक्या घेऊ लागल्या, तरी अप्पांना जमिनीतून हलवेना. आता पुन्हा कोण पाय ठेवू देणार होते इथे? ही झाडेझुडपे आणि माती-दगड... सगळे आता सुदामाचे होणार. 'आपल्या हातून कायमचे जाणार. कधी इथे पीक उमाप आले आणि हुरड्याचे कणीस चोळून खावे वाटले, तर खाता येणार आहे? कधी हरभऱ्याचा सोलाणा, बाजरीचा अंबुर तोंडात टाकता येणार आहे सत्तेने? ते जाऊ दे, पण नुसते संध्याकाळच्या वेळी इथे येऊन निवान्त बसावे म्हटले तरी कोणी हटकणार नाही, असे म्हणता येणार आहे?'

छे! अप्पांना हलवेना. त्यांचे पाय त्या काळ्या आईने धरून ठेवले. 'आता गावात जाऊच नये. इथेच एखादे खोपट उभारून राहावे आणि एके दिवशी या भूमीवर पडल्या-पडल्याच हे एकलकोंडे आयुष्य संपवावे. या मातीशी मिळून जावे.'

''मायबापा, दयाघना! तो दिवस आता लवकर दाखव.''

दिशा काळवंडल्या. अंधार वेगानं येऊ लागला. मैलभराचे अंतर संपून गाव केव्हा आले, ते अप्पांना कळलेही नाही. वेशीत शिरताच शिणेचा हरिबाबा भेटला.

थांबून म्हणाला, ''कोण? अप्पा काय?''

''हां.''

''अंधारात नीट दिसलं नाही. रानातून आलास?''

''हां.''

''देवळाकडं निघाला असशील? हो पुढे, मी आलोच.''

हा हरिबाबा अप्पांच्याच वयाचा; पण देवाने त्याचे चांगले केले होते. वेलविस्तार वाढला होता. पोराबाळांनी घर भरले होते. आनंदीआनंद होता. आता त्याचे सगळे झाले होते. देवाच्या आमंत्रणाची वाट तो बघत होता. दोघांचीही लग्ने बरोबरच झाली होती. बरोबर म्हणजे काय, चार-दोन महिन्यांचे अंतर असेल फार तर. अप्पांना प्रथम पोरगा झाला आणि हरिबाबाला मात्र पोरगी झाली. तो नाराज झाला. तेव्हा अप्पा म्हणाले होते, ''नाराज का हरिबा? पोरगी झाली म्हणून काय बिघडलं? लेका, पहिली बेटी तूप-रोटी!''

''नाही रे अप्पा. हे सुरुवातीलाच व्यापारात खोट आल्यासारखं झालं. पोरीच्या जातीचा काय उपयोग? जेव्हा तुझा पोरगा पालखीतून मिरवील, तेव्हा माझी ही बया पाठ फिरवून दुसऱ्याच्या घरी चालती होईल.''

पण झाले सगळे विपरीत! असो. रामरायाची इच्छा!

मारुतीच्या देवळात जाऊन अप्पांनी दर्शन घेतले. त्यांच्यासारखीच वयाने थकली मंडळी तिथे पाठीशी पागोटी घेऊन खांबांना टेकली होती. इकडच्या-तिकडच्या गप्पा करीत होती. त्यांनी काहीतरी विचारले. अप्पांनी काहीतरी उत्तरे दिली. नेहमीप्रमाणे ते देवाच्या दारी क्षणभर उभे राहिले नाहीत. आपल्या घराकडे आले.

दाराशी बांधलेली गुरे धडपडून उभी राहिली. प्रेमाने हंबरली.

''आलोऽऽ आलो रे, माझ्या बाळांनो!''

जवळ जाऊन अप्पांनी त्या मुक्या साथीदारांना कुरवाळले, गोंजारले. त्यांना भरपूर चारा टाकला आणि पुन्हा गोंजारले. डफळ्या-राजासारखी शहाणी जनावरे क्वचितच. उतारावरसुद्धा भरली गाडी घेऊन जपून चालत. वर दहा माणसे असली, तरी पालखीत असल्यासारखी.

आणि ही गाय! सहा वर्षांच्या पोराने तिला दावे लावावे. कधी शिंग म्हणून हलवायची नाही. हे खोंड लहान आहे अजून, पण तेही गुणी होईल. हो, अप्पाघरचा चारा नाही वाया जाणार!

सगळ्या जनावरांना अप्पांनी पुनःपुन्हा गोंजारले. त्यांच्या धन्याचा हात आज वेगळा लागत होता. तो नेहमीचा हात नव्हता, हे कळून ती जनावरेही त्यांचे

शरीर आपल्या खरबरीत जिभांनी पुन:पुन्हा चाटू लागली. त्यांना हुंगू लागली. या बैलांनी अप्पांसाठी अपार कष्ट केले होते. या गाईने कासंड्या भरभरून गोरस दिला होता आणि अप्पा आज त्यांना दुसऱ्याला विकणार होते! ज्या दावणीत आजवर अन्न खाल्ले, त्या दावणीतून उठवून त्यांना दुसरीकडे धाडणार होते आणि तेही सरत्या काळी.

कवाड उघडून अप्पा घरात आले. काळोख! काळोख!

त्यांना वाटले, 'असेच मुसमुसून पडावे भुईवर. काय करायचा आहे दिवा? कशाला अंथरूण-पांघरूण?'

पण नाही. रोजची सवय जाते का? काडी ओढून अप्पांनी समई लावलीच. मंद प्रकाश पडला आणि त्या उदासवाण्या प्रकाशात पोपडे निघालेल्या भिंती, उखणलेली जमीन, न झाडलेले आढे – सगळे दिसले. साहजिक होते. आज कित्येक वर्षे कुणा स्त्रीचा हात इथे फिरला नव्हता. हे असे वेडेवागडे घर, पण त्याला सारवून-सुरवून अप्पांची बायको कशी चक्क ठेवायची. फळ्यांवरून धूळ खात पडलेली ही भांडी त्या वेळी कशी मालकिणीच्या चेहऱ्यासारखीच लखलखीत असायची. झगमगून उठायची. आता कोणी लक्ष दिले होते त्यांच्याकडे? हौसेहौसेने जमवलेला, वाडवडिलांनी दिलेला हा सगळा संसार बेवारशी झाला होता. त्याचा वापर करणारे कोण होते?

स्वयंपाकघरात जाऊन म्हातारा कळशीतले पंचपात्रभर पाणी प्यायला. खांबाशेजारी कांबळे टाकले. दाराला कडी लावून अंथरुणावर अंग टाकले.

'बस्स! आता पुन्हा दगदग नाही. सकाळी उठून रानात जाणे नाही. त्या जमिनीचा आणि आपला ऋणानुबंध संपला! संसारात इतक्या अडचणी आल्या, इतके प्रसंग आले; पण तिला कधी तारण दिली नाही. तिच्यावर बोजा काढला नाही. मग विकणे दूरच. वाडवडिलांपासून अन्न देत आलेली ही भूमी मी नीट जतन केली आणि आज निव्वळ शारीरिक दुर्बलतेमुळे तिला मी विकतो आहे. आता माझ्याकडून कष्ट होत नाहीत. ती विकून आलेला पैसा मी आता जवळ ठेवेन आणि आभाळातून बोलावणे येईपर्यंत त्याच्यावर गुजराण करेन. आयुष्याच्या अखेरचा हा काळ एखाद्या तीर्थक्षेत्री जाऊन घालवेन. माझे काळे आई, तुला विकून माझे हे म्हातारे पोट मी जाळू पाहत आहे, याबद्दल मला क्षमा कर. कसेही झाले, मी कितीही कारणे सांगितली; तरी माझे मला हे ठाऊक आहे की, मी कृतघ्न आहे. सरत्या काळी तुला दुसऱ्याच्या घरी धाडण्याचे हे पापकर्म माझ्या हातून घडते आहे. आई, मी कृतघ्न, मातृघातकी आहे!'

सकाळ झाली. कमरेला पैशाचा कसा बांधून सुदाम दाजी आणि त्याचा उमदा

पोरगा गाडी पळवीत अप्पांच्या घरापुढे आले. त्या म्हाताऱ्या कुणब्याचा चेहरा आज आनंदाने फुलून आला होता. आज त्याने आपल्या लाडक्या बैलांना रंगीत झुली घालून नटविले होते आणि स्वत:च्या डोईला भरजरी फेटा गुंडाळला होता. वाडवडिलांची जमीन राखून पुन्हा आज तो तिच्यात नवीन भर टाकीत होता. पोराबाळांनी आनंदात राहावे, अशी तरतूद करीत होता.

दारासमोर येताच त्याने कासरा ओढून खाली उडी घेतली आणि मोठ्याने हाळी दिली, "हां चला, अप्पाजीपंत!"

पण अप्पांचे दार अजून बंदच होते. रात्री झोपलेले अप्पा अजून जागेच झाले नव्हते. शेजारचा भावड्या अंगणात राखुंडी लावीत उभा होता. हा कुणबी आपल्या तोंडचा घास काढून नेतो आहे, हे बघून त्याला भारी चीड आली. घरात जाऊन तो आपल्याशीच बडबडला, "थेरड्यानं जमीन विकून विकली ती परक्या कुणब्याला. जणू भावकी मेली होती! याला मरण नीट येणार नाही. गुरासारखा ओरडून मरेल. अरे, सरत्या काळी पाणी पाजणारा मीच आहे; तो सुदाम्या नव्हे!"

बंद कवाड पाहून सुदाम दाजी पुढे झाला आणि दारावर थाप टाकून म्हणाला, "आं, अजून निजलाय काय? पंत, उठा-उठा. गाडी जुंपून आलोय मी!"

पण आत हालचाल झाली नाही. मग तोंडातला पानाचा चोथा हातावर घेऊन सुदामाने टाकून दिला आणि मोकळ्या तोंडाने तो हाका मारू लागला, तरीही दार उघडले नाही, तेव्हा बैलाचा कासरा धरून उभ्या राहिलेल्या पोराला तो म्हणाला, "अरे, म्हाताऱ्याला झालं काय?"

तो अनुभवी कुणबी शंकाकुल झाला, तेव्हा उमेदीतला पोरगा राठ आवाजात म्हणाला, "बघा तरी! कवाड उचलू का?"

"छे छे! तसं कसं बाबा? आपण कोण बळं दार उचलणार? त्याच्या भावकीतलं कुणी बोलावलं पाहिजे!"

आणि धांदलीने भावड्याच्या दारात जाऊन तो ओरडला, "अरे ये बाबा, बाहेर ये. तुझ्या अप्पाला काय झालं बघ, तो हाकेला जबाब देईना!"

भावड्या पळतच बाहेर आला. अप्पाच्या मरणाच्या शंकेने त्याला आनंदीआनंद झाला. ही बेवारशी इस्टेट आता आपलीच होणार, म्हणून तो बेसुमार हरकला आणि हे सगळे लपवून काळजी, भीती दाखवीत पुढे झाला. दार उघडण्यासाठी खटपट करू लागला.

मग एकाएकी आतून लावलेली कडी खळकन वाजली. दार सताड उघडले. म्हातारे अप्पा ताठ उभे राहून गरजले, "माझी जमीन विकायची नाहीऽऽ तू चालता हो सुदामा!"

या एकाएकी खुलाशाने सुदामा बावचळला.

"आं? याला काय म्हणावं? तुम्हीच म्हणाला होतात, आज खरेदीपत्राला जायचं आणि...."

"हो, म्हणालो होतो." थरथर कापत अप्पा पुन्हा ओरडले, "पण आता मीच नाही म्हणतोय."

"पण मी तयारी केलीय. व्याजानं रुपये आणलेत दुसऱ्याकडचे आणि तुम्ही दिला शब्द फिरवता?"

"अरे, जा शब्दाच्या! दिला शब्द पाळायला कुठे सत्ययुग लागून गेलं आहे हे? माझी जमीन मला विकायची नाही!"

त्यावर सुदामाचा पोरगा मगरूरीने बोलला, "अरे, कुणासाठी राखतो आहेस जमीन आता? कुठं दहा पोरंबाळं खायची आहेत तुझी? मरायला टेकलास आणि कशाला तुला ही आशा?"

"अरे, होय होय, मरायला टेकलो म्हणून का मी कृतघ्न होऊ? मरायला टेकलास म्हणून का तू आई दुसऱ्याला विकशील? अरे, मी कसाई नाही. मी माझी जमीन विकणार नाही. गुरंढोरं विकणार नाही. जमीन पडून राहील. माझी जनावरं माझ्या दावणीला मरतील. तू जा, चालता हो!"

आणि अप्पांनी धाडकन कवाड लावून घेतले.

आकाशात ढग भरभरून आले आहेत. पावसाने वारा घातला आहे. गार वारा रस्त्यावरची धूळमाती, केरकचरा चौफेर उधळून लावतो आहे. झाडांचे शेंडे गदगदून हलत आहेत.

आला... आला... पहिला पाऊस आला! टपोऱ्या थेंबांनी जमिनीवर तिरकस उड्या घेतल्या. धुळीवर त्यांचा टपटप आवाज झाला. काळे-करडे ठिपके उठले. मातीचा खमंग सुगंध दरवळला.

अंग आखडून आईशेजारी उभे राहिले अप्पांचे वासरू बावरले. कान उभारून इकडे-तिकडे बघू लागले. फेंगड्या पायांनी दौडत गेले. पावसातून पळत ओसरीवर चढले आणि अप्पांच्या पाशी जाऊन उभे राहिले.

अंगाभोवती घोंगडी लपेटून बसलेले अप्पा वरुणाची ही कृपा भरल्या डोळ्यांनी बघत होते. ते त्या वासराला जवळ घेऊन म्हणाले, "पाऊस आला! बेटा, आता आळशासारखं बसून भागणार नाही. कामाला लागलं पाहिजे!"

४.

लेले मास्तर

शाळा या संस्थेविषयी मला लहानपणापासूनच फार तिटकारा आहे. सामान्यत: जी मुले शाळेत हुशार म्हणून नावाजली जातात, त्यांच्याइतकी हुशारी माझ्यापाशी होती; किंबहुना त्यांच्यापेक्षा काही जास्तीही होते. तरीही मला शाळा नकोनकोशी वाटे. नवी पुस्तके आणि जुनी बाके यांचा वास माझे डोके उठवी. डस्टरवरची पांढरी धूळ आणि मास्तरांचे व्यवस्थित पोशाख यांची विलक्षण चीड येई. शाळेच्या त्या दगडी भिंतींआड मी अगदी गुदमरून जाई. लहान कोकरू पाटीखाली घालून ठेवावे तसा चोंदून जाई. अशा स्थितीत मी शाळेत कशीबशी पाच-सहा वर्षे काढली आणि मग एके दिवशी शाळेत जाणे निश्चयपूर्वक सोडून देऊन माझ्या खेड्यात येऊन राहिलो.

पाटी-पुस्तकाचा खर्च वाचून हाताखाली काम करायला पोर मिळाले, अशा हिशेबाने माझ्या आईने फारशी खळखळ केली नाही. सांडगे-पापड, गहू-डाळीसारखी वाळवणे राखणे, चोरटी कुत्री आणि ओढाळ गुरे यांचा पाठलाग करून त्यांना बेदम मारणे, सणादिवशी सर्व देवांना नैवेद्य पोचता करणे आणि रोजच्या रोज घरच्या देवांची पूजा करणे ही आईच्या दृष्टीने महत्त्वाची अशी कामे मी अगदी बिनबोभाट आणि चोख करीत असे. त्यामुळे मी शाळा सोडल्याचे फारसे दु:ख तिला झाले नाही. वडिलांनाही आम्हा पाच भावंडांची शिक्षणे झेपण्यासारखी नव्हती. तेव्हा 'सर्वांनी शिकून काय करायचे आहे? आम्ही कुठे शिकलो होतो? आमचे बापजादे कुठे शिकले होते?' असे म्हणून तेही गप्प राहिले आणि रानामाळातून हिंडण्यात, ओढ्या-विहिरींतून डुंबण्यात, बरोबरीच्या पोरांबरोबर मारामाऱ्या करण्यात माझा काळ आनंदात जाऊ लागला. फारच आनंदात जाऊ लागला. ओढ्याच्या काठाने असलेली करंजीची झाडे झोडपून,

त्यांच्या बिया वाण्यांना विकून त्यावर चार आणे मिळविण्याची बुद्धीही त्या काळी माझ्यापाशी होती. बाभळीचा डिंक गोळा करणे, पिके निघाल्यावर जमिनीत राहिलेले हरभऱ्याचे धाटे, खपलीचे दाणे, शेंगा हे जिन्नस उन्हातान्हात हिंडून वेचणे असे काही किफायतशीर धंदेही मी महारा-रामोश्यांच्या पोरांकडून शिकलो होतो. साहजिकच या जगात पोटापुरते कसे मिळवावे याचे शिक्षण मी घेत होतो. यात माझी प्रगतीही समाधानकारक होती आणि हे बघून शाळा सोडल्याने माझे काही विशेष नुकसान होत नाही याची खात्री माझ्या घरातील सर्वांनाच पटली होती.

या काळातच एकदा माझे केस फार वाढले. त्याचे झुबके कानांवर येऊ लागले आणि कॉलरचा मागचा भाग झाकू लागला. तेव्हा सकाळचा उठून मी पाच मैल चाललो आणि तालुक्याच्या गावी आलो. कारण गावच्या न्हाव्याला फक्त दाढी घोटणे आणि डोईवरचे केस वस्तऱ्याने काढणे, एवढेच माहीत होते. इंग्रजी पद्धतीने केस कापणे, ही कला तालुक्याला दुकान घातलेल्या न्हाव्यालाच माहीत होती. साहजिकच मला त्याच्याकडे जावे लागले आणि गिऱ्हाइके फार असल्यामुळे दुकानापुढच्या फळीवर पाय सोडून बसून मी रस्त्याने येणाऱ्या-जाणाऱ्यांकडे बघू लागलो.

तेव्हा समोरून व्यवस्थित पोशाख केलेला एक पोक्त माणूस नीट पावले टाकीत आला. त्याने पायाने रस्त्यावरचे खडे उडविले नाहीत, बाजूला थुंक टाकली नाही, तोंडाने शीळ घातली नाही की रस्त्याने गर्दी करणाऱ्या गलिच्छ डुकरांना ठोकर लगावली नाही. फारच चांगल्या तऱ्हेने तो आला. नीट दाढी केलेला, स्वच्छ पांढऱ्या शर्टाच्या गुंड्या गळ्यापर्यंत लावून त्यावर अंगाला बरोबर बसणारा कोट घातलेला, धोतराचा काचा मारून खाली न तुटलेल्या वहाणा घातलेला असा तो सभ्य माणूस माझ्यापाशी येऊन थबकला आणि हातातील वेताची काठी माझ्या नाकापुढे करून म्हणाला, "तू गजाचा भाऊ का रे?"

त्या वेळी त्याच्या नाकावरचा चष्मा घसरला आणि कपाळाला दोन आठ्या पडल्या. मी बसल्या-बसल्याच मान हलवून 'होय' म्हणालो.

"शाळेत जातोस का?"

"नाही."

"तुझे वडील कुठे असतात?"

"घरीच असतात. बाजाराला इथं येतात."

"ठीक. मी भेटेन त्यांना."

एवढे बोलून नीट पावले टाकीत तो निघून गेला आणि नेहमीच्या लकबीनुसार मी मोठ्याने हसलो; पण आश्चर्याची गोष्ट अशी की, त्याने रागाने मागे वळून बघितले

नाही. माणसाला खिजविणारे माझे ते हसणे त्याने अगदीच कानांआड टाकले.

जेव्हा खुर्चीत बसवून न्हावी केस कापू लागला, तेव्हा माझ्या-त्याच्यात भाषा झाली आणि मला समजले की, ते नवीन आलेले हेडमास्तर होते आणि त्यांचे आडनाव लेले होते. फार कडक आणि शिस्तीचे म्हणून त्यांची ख्याती मी माझ्या थोरल्या भावाकडून ऐकली होती. त्याचबरोबर ते अत्यंत कनवाळू आहेत, हेही मला ऐकून माहीत होते. माझी आई त्या भल्या माणसाची आठवण वरचेवर काढीत असे. असा मास्तर दुनियेत मिळायचा नाही, असे म्हणत असे. हे सारे लक्षात आले आणि त्यांच्याशी बोलताना आपण फळीखाली उतरलो नाही, या गोष्टीची चुटपुट माझ्या मनाला फार लागून राहिली. माझ्या मोठ्या भावाच्या बुद्धीबद्दल मला फार अभिमान होता आणि त्याला शिकविणारे मास्तर आपल्याला भेटले, या जाणिवेने मी थोडासा चपापलोही होतो.

मग दुसऱ्या दिवशीच माझे वडील मला जवळ बोलावून म्हणाले, "बंकटराव, तुम्ही उद्यापासून शाळेत जायला लागा. ते लेले मास्तर मला भेटले होते. त्यांनी आवर्जून सांगितलं आहे.''

"पण मला शाळेत जाणं आवडत नाही.''

"असं नेहमीच असतं. अत्यंत जरूर अशा गोष्टी करणं आपल्याला पुष्कळदा आवडत नाही; पण त्या केल्या नाहीत, तर आपलं फार नुकसान होतं. पुढे शिक्षणाला फार महत्त्व येणार आहे. तुझे मोठे भाऊ शिकून मोठे अंमलदार झाले आणि तू असा अडाणी राहिलास, तर तुला आवडेल का?''

"नाही.''

"मग तुला शिकायला पाहिजे.''

फी, पुस्तके यांची अडचण मी त्यांना सांगितली.

"त्यांच्या मेहेरबानीने ते सगळे तुला मिळेल. आलेल्या संधीचा उपयोग कर आणि शाळेत जा कसा!''

यावर मी कोपऱ्यातल्या वळकटीवर गप्प बसून राहिलो. तेव्हा पीठभरल्या हाताने आई बाहेर आली आणि म्हणाली, "तसला मास्तर मिळायला भाग्य लागतं. पोरा, तो तुझं जन्माचं कल्याण करील. जा, शाळा शीक. त्यात तुझं काही वाईट होणार नाही.''

कधीही न बोलणारे आई-बाप बोलले, तेव्हा मला अपराध्यागत वाटू लागले. शाळेत गेलो नाही, तर एक मोठी संधी आपण गमावू, हेही पटू लागले; तरीपण मी चिकाटी सोडली नाही आणि 'जातो' हा शब्द तोंडातून काढला नाही.

माझे वडील आणि माझी आई मला वरचेवर सांगत राहिली आणि मी ऐकून घेऊन गप्प राहू लागलो. आईचे बोलणे ऐकत पानावर बसून निमूटपणे दोन घास खावेत आणि मग दिवसभर घराकडे फिरकू नये, असा कार्यक्रम मी चालू ठेवला. शक्यतो वडिलांच्याही नजरेला पडू नये, अशीही खबरदारी घेऊ लागलो. त्यामुळे सर्व जण माझा फार राग-राग करू लागले. नाना प्रकारे मला टाकून बोलू लागले. माझ्या थोरल्या भावाने एकवार माझ्यापुढे पोळपाट-लाटणे आणून ठेवले आणि आरडून-ओरडून तो म्हणाला, ''शिक्षण नको, तर हे घेऊन लग्न-मुंज बघत हिंड. आचारी हो. आई, हे तरी शिक्षण त्याला दे. तुलाही मदत होईल सणासुदीला.''

आणि त्याच्या बोलण्याला सर्वांनीच दुजोरा दिला. त्यामुळे माझ्या अंत:करणाला फार दु:ख झाले. मी अगदी भडकून उठलो आणि दोन दिवस न जेवता-खाता बाहेर फिरत राहिलो. रानात मिळणाऱ्या शेंगा-रताळ्यांवर मी माझी भूक भागविली आणि मग एके दिवशी धुतलेले कपडे घालून तालुक्याच्या शाळेत हजर झालो.

गावच्या रस्त्याला लागूनच ही जुनी इमारत होती. तिची दारे आणि खांब डांबराने रंगविलेले होते आणि भिंतींना चुना दिला होता.

धडधडत्या छातीने मी आत शिरलो आणि 'हेडमास्तर' असे लिहिलेल्या खोलीत जाऊन थबकलो. लेले मास्तर खाली बघून काही लिहीत होते. त्यांनी माझ्याकडे रोखून बघितले आणि चष्मा हातात काढून घेतला. हिरवट रंगाची आपली हनुवटी हळूहळू चोळीत ते बोलले, ''हं... संपूर्ण नाव काय तुझं?''

''व्यंकटेश दिगंबर माडगूळकर.''

''यापूर्वी कुठल्या शाळेत होतास?''

''कुंडल.''

''शाळा सोडून किती दिवस झाले?''

''दोन वर्षं.''

''कोणत्या यत्तेतून सोडली?''

''मराठी पाचवी.''

''बरं, जा. मराठी पाचवीच्या वर्गात बैस जा.''

आणि पुन्हा डोळ्यांवर चष्मा चढवून ते लिहू लागले.

मी जागचा हललो नाही. टिळक, आगरकर यांचे फोटो भिंतीवर लावले होते. त्यांच्याकडे बघत उभा राहिलो.

काही वेळाने पुन्हा वर बघून ते म्हणाले, ''का? वाटल्यास उद्यापासून बैस.''

मी धीटपणाने म्हणालो, ''जमणार नाही.''

कपाळावर आठ्या चढवून मास्तरांचा चेहरा त्रासिक झाला. "का?"

"मला लाज वाटते."

"वा! शाळेत शिकण्याची लाज वाटणारा मुलगा मी प्रथम बघतोय. त्यात कसली रे लाज?"

"मी एवढा मोठा झालो आहे आणि पाचवीत कसा बसू? सगळे चिडवतील."

"हे बघ, मी पंचविसाव्या वर्षी मॅट्रिक झालो आणि त्यानंतर वयाच्या एकतिसाव्या वर्षी बी.टी.! मग? अरे, माणूस जन्मभर विद्यार्थी असतो. त्यात लाज कसली? जा, वर्गात बैस जा. कुणी चिडवायला लागलं, तर सांग मला."

मग मात्र मी भीत-भीत वर्गात गेलो आणि बसलो. मध्यंतरी सोडून दिलेले माझे शालेय जीवन सुरू झालो. नाखुशीने का होईना, मी पुन्हा शाळेत गेलो आणि लवकरच त्या वातावरणात रंगलो. नवे मित्र मिळाले, नवे खेळ मिळाले. धोंड्या-दगडांतून वाहणारा प्रवाह लेले मास्तरांनी बांध घालून अडविला आणि त्याला वळण दिले. तो मुरमाडीत जाऊन न आटता सारखा खळाळत राहावा, अशी व्यवस्था केली.

रोज पाच मैलांची पायपीट करून मला शाळेत यावे लागे. जेव्हा हे मास्तरांच्या ध्यानी आले, तेव्हा त्यांनी मला आपल्या घरीच ठेवून घेतले. वर्षाकाठी लागणारे धान्य देऊन मी मास्तरांच्या घरीच राहू लागलो आणि मग हळूहळू त्या घरातील प्रत्येक माणूस माझ्या चांगले परिचयाचे झाले. त्यांचे आत-बाहेर मला समजू लागले.

मास्तरीणबाई अंगाने ठेंगण्याठुसक्या होत्या आणि मास्तरांच्या मानाने चांगल्या तरुण होत्या. घरात वागण्याची त्यांची चांगली टापटीप होती, पण मास्तर त्यांच्याबरोबर चार शब्द ममतेने बोलल्याचे मला स्मरत नाही. हातावर पाणी पडले की, ते शाळेत जात आणि आपल्या खोलीत लिहीत बसत. ते इतके काय लिहितात, याचे सुरुवातीला मला कोडे वाटे. हायस्कूलचा पसारा तो किती आणि त्याचे काम ते काय! पण ते लिहीत. वळणदार, बारीक अक्षरात सारखे लिहीत.

घरी राहिल्यामुळे माझी भीड चेपली होती. खरेतर मास्तर तसे दिसायला उग्र नव्हते. जाडीजुडी अंगलट, झुपकेदार मिश्या, भरदार आवाज यांपैकी काहीच त्यांच्यापाशी नव्हते. नाही म्हणायला त्यांचा निमगोरा चेहरा नेहमी त्रासल्या-चिडल्यासारखा दिसे. कपाळावर नेहमी आठी चढलेली असे आणि साध्या बोलण्यासाठी तोंड उघडले, तरी बरे गोड शब्दसुद्धा त्रासल्यासारखे बाहेर येत. सहसा कुणाशी सलगी करू नये; आपले काम बरे, आपण बरे! प्रत्येक बाबतीत शिस्त. एखादा

मुलगा जरा उशिरा आला की, वेताच्या छडीने त्याला फोकलून काढीत. यामुळे असो की त्यांच्या हेडमास्तर या हुद्द्यामुळे असो; पोरे त्यांना फार भीत. दीड-दोनशे पोरे एखाद्या सभेसाठी किंवा समारंभासाठी एकत्र आली, तर कल्लोळ करीत. इतर कुणाही मास्तराने कितीही धाक घातला, तरी बधत नसत; पण पाठीमागे हात घेऊन लेले मास्तर नुसते येऊन उभे राहिले की, सगळे चिडीचीप होई!

अशा या मास्तरांची मला मात्र कधीही भीती वाटली नाही. कामात असतानाच एकवार जवळ जाऊन मी त्यांना चक्क विचारले, "मास्तर, तुम्ही सारा वेळ काय लिहीत असता? शाळेची कामंच की आणखी काही?"

तेव्हा तो म्हातारा हसला आणि म्हणाला, "जे लिहितो, ते तुला सगळंच सांगता येणार नाही. शाळेच्या कामाशिवाय मी आणखी पुष्कळ लिहितो. तुला सांगण्यासारखं एकच – ध्यानात ठेव. आजपर्यंतच्या माझ्या संसारात मी काय मिळविलं, काय खर्च केलं याचा पैन् पैचा हिशेब माझ्यापाशी आहे. एक वर्षात मला डाळ किती लागते आणि फोडणीसाठी मोहरी किती लागते, हे मी तुला सांगू शकेन. तसंच, गेल्या पंचवीस वर्षांत मला जोंधळे किती रुपयांचे लागले, हेही सांगू शकेन. समजलं? या हिशेबाप्रमाणेच आणखीही एक हिशेब मी मांडतो; पण तुला तो एवढ्यात कळणार नाही. जा!"

ठोकळ मानाने जमाखर्च मांडणे व्यवस्थित संसार करणाऱ्याला आवश्यक असते; पण मास्तरांची ही हिशेबाची तऱ्हा मला खरोखरीच वेडेपणाची वाटली. जमाखर्च लिहिण्यासाठी हा शहाणा माणूस फार वेळ खर्च करीत होता. त्यामुळे चार शब्द आपल्या बायकोशी ममतेने बोलणे, आपल्या मुलाबाळांना जवळ घेऊन त्यांच्या पाठीवर हात फिरविणे किंवा समवयस्क असा एखादा मित्र जोडणे त्यांना गेल्या पन्नास वर्षांत जमले नव्हते!

सध्या होते हे मास्तरांचे दुसरे कुटुंब होते आणि पहिल्या बायकोला त्यांनी टाकले होते, ही गोष्ट जेव्हा मला समजली, तेव्हा तर चारित्र्यवान अशा या भल्या माणसाच्या मनाचा तळ किती खोल आहे, याबद्दल मला अचंबा वाटला. सहजासहजी एखाद्या स्त्रीला जन्मभर 'टाकलेले' जिणे जगायला लावण्याजोगे क्रौर्य मास्तरांपाशी नव्हते, हे मी शपथेवर सांगतो. उलट मास्तर प्रसंगी इतके क्षमाशील होते की, दुसऱ्याला त्यांची चीड यावी! मग आपल्या धर्मपत्नीच्या बाबतीतच त्यांनी एवढा कठोरपणा का दाखविला? सदा त्रस्त दिसणाऱ्या चेहऱ्यामागे अशा आणखी किती घटना होत्या? ते जो दुसरा हिशेब लिहितो म्हणाले, तो अशा घटनांचाच की काय?

वर्षे भराभरा जाऊ लागली. मी इयत्ता ओलांडीत होतो आणि मास्तरांच्या

घराशी अधिक-अधिक जवळचा होत होतो. आपल्या घरातल्या माणसांइतकीच मास्तरांच्या घरची माणसे मला चहूबाजूंनी समजू लागली होती. त्या मास्तरीणबाई, ती मीरा, तो राम आणि सदा!

हलके-हलके मला हे समजून चुकले की, या घरात मास्तरांबद्दल कुणाच्या जिव्हारात कुडताभरही माया नव्हती. शाळेकडे आणि विद्यार्थ्यांकडे लक्ष पुरविता-पुरविता मास्तरांचे घराकडे इतके दुर्लक्ष झाले होते की, त्यामुळे आईसकट त्यांची मुले त्यांचा द्वेष करीत होती. ज्याप्रमाणे केवळ त्यांच्या शिस्तीमुळे त्यांचा द्वेष करणारे शाळेतील मास्तर आणि मुले त्यांच्या हुद्द्यामुळे भिऊन होती, वरकरणी आदर दाखवीत होती; त्याप्रमाणे ही मंडळीही त्यांच्या वडिलकीच्या हुद्द्यामुळे त्यांना डरून खोटा आदर दाखवीत होती.

हे खरोखरच विलक्षण होते. स्वत:चे सारे जीवन म्हणजे एक चोख जमाखर्च करणाऱ्या या माणसाची जमेकडची बाजू इतकी कोरी असावी, हे फारच विलक्षण होते; पण हे होते खरे. त्यांची मुले त्यांचा द्वेषच करीत होती आणि बापड्या मास्तरांना हे मुळीच माहीत नव्हते!

मास्तरांचा सर्वांत मोठा मुलगा राम हा मोठा विलक्षण डोक्याचा पोर होता. सामान्यत: बऱ्या, भल्या गृहस्थाची मुले वाईट निघालीच पाहिजेत, असे नियतीचे गणित असावे. नाहीतर सुपारीचेसुद्धा व्यसन नसलेल्या, एक आदर्श शिक्षक आणि उत्तम गृहस्थ म्हणून ओळखल्या जाणाऱ्या मास्तरांच्या पोटी हा विद्रकल्याणी पोर का यावा? वयाच्या मानाने त्याच्या शरीराची वाढ नीट झाली नव्हती. लांबून बघताच हा एक कोवळा पोरगा आहे, अशी समजूत होई; पण जवळ जाऊन त्याच्या ओठावरचे राठ मिसरूड आणि हातापायांवर उमटून दिसणाऱ्या शिरा पाहिल्यावर हा चांगला वयाला आलेला आहे, हे कळून चुके. त्याच्या गालांची डबरी झालेली होती. टोकाशी कातरे असलेले मोठमोठे दात खालच्या ओठावर आलेले होते. पानतमाखू खाण्याची वाईट सवय लागल्यामुळे त्यांची कळा जास्तीच दिसे. हा बोलायला लागला म्हणजे तमाखूची आणि विडीची घाण येऊन पुढचा माणूस नाक मुरडी. एकूण काय, छातीच्या बेल्यात केस वाढलेला हा पोरगा व्यसनी होता, रोगट होता आणि दुष्टबुद्धीही! आपल्या बापाविषयी त्याला मुळीच आदर नव्हता. आपली व्यसने चालावीत म्हणून तो पैसे मिळविण्यासाठी नाना उपाय करी. मास्तरांचा हिशेबीपणा तिथे त्याला खोड्यात घाली. मग चोऱ्यामाऱ्या करण्यापर्यंतही याची मजल जाई. बापापुढे हा फारसा ठरत नसे आणि मास्तरही कधी त्याची चौकशी करीत नसत.

त्याच्याखालची मुलगी मीरा. ही रंगाने बरी, उजळ, नाकडोळ्यानेही चांगली

होती. बोलताना बोबडे शब्द काढण्याची लकब तिने उचलली होती. ती नाचरेपणा फार करी. बरोबरीच्या मुलांशी अंगचटीला येई. मास्तरांनी गरीब म्हणून शिक्षणासाठी घरी ठेवून घेतलेल्या एका मिलमिशा तेल्याच्या मुलाशी ती अधिक सलगीने वागे, हे माझ्यासारख्या तिऱ्हाइताच्या नजरेत येई, पण त्याचे बाईंना आणि रामला काहीही नसे! मास्तरांचा तर प्रश्नच नव्हता. ही पोरगी पुढे-मागे आपल्या सज्जन बापाच्या गळ्याला फास आणील, असे मला राहून-राहून वाटे.

तिसरे अपत्य सदा! हा लहान मुलगा गुणी होता. आपला वडीलभाऊ विड्या ओढतो, हे ठाऊक असूनही तो ते आपल्या वडिलांपाशी बोलत नसे. संध्याकाळी शाळेतून घरी येताच कधी मास्तर याला जवळ बोलावून घेत आणि 'काय सदोबा?' एवढेच बोलून त्याच्या पाठीवरून हात फिरवीत. हे शेंडेफळ असल्यामुळे मास्तरांना त्याच्याविषयी विशेष वात्सल्य असावे; पण सदा आपण होऊन कधी बापाशेजारी जात नसे. मास्तरांच्या ममतेचा हात पाठीवरून फिरत असला, तरी खाली ते पोर भेदरल्या सशासारखेच राही.

अशी मास्तरांची प्रजा होती आणि त्यांचे मास्तरांशी अन् मास्तरांचे त्यांच्याशी अशा तऱ्हेचे संबंध होते!

गावातही मास्तर कुणाघरी जाऊन घडीभर बसलेत आणि मनमोकळेपणे बोललेत, असे नव्हते. खरेतर ते एका परीने योग्यच होते. कारण शहरी वस्तीपासून कुठे एका कडेला असलेले हे छोटेसे गाव फार वाईट होते. एखादे मूल जसे दरिद्री, रोगी आई-बापाच्या पोटी, लहान अंधाऱ्या घरात जन्म घेते, तशाच स्थितीत लहानाचे मोठे होते आणि मग त्याची शारीरिक-बौद्धिक वाढ मुळीच होत नाही, ते खुरटे, रोगी असे जगत राहते, तसेच काही गावांचेही असते. अमुकच जागी जन्म घेईन, असे ठरवून जन्माला येत नसल्यामुळे ती जन्म घेतात आणि आबाळ झालेल्या पोराप्रमाणे वाढत राहतात. या गावाचेही तसेच झाले होते. नियतीने मंजूर केलेल्या जागी ते वाढत होते. त्याला नीट आकार नव्हता. पाणी नव्हते. आसपास झाडेझुडे नव्हती. पाऊसकाळ नव्हता. गल्लीबोळांतून घरांची दाटी झाली होती. ही घरे ओबडधोबड बांधणुकीची आणि कमी उंचीची होती. रस्ते अतिशय अरुंद आणि फुफाट्याने भरलेले होते. या कुरूप गावात माणसांप्रमाणेच डुकरे, गाढवे, कोंबड्या आणि बेवारशी कुत्री यांची फार गर्दी झाली होती आणि दर वर्षी त्यात नवीन भर पडत होती.

अशा गावात राहणाऱ्या माणसांकडून चांगुलपणा किंवा सर्वसामान्यपणे माणूस या संज्ञेला पात्र अशी वागणूक अपेक्षिणे खरोखरीच योग्य नव्हते आणि हे जाणूनच की काय, मास्तर कुणाशी स्नेह करीत नव्हते.

हे गाव भिकार होते, पण या ठिकाणी एखादी चांगली शाळा असणे आवश्यक होते. शाळेची इमारत जुनी झाली होती. ती सोडावी अन् गावाबाहेर हायस्कूल बांधावे, अशी कल्पना मास्तरांच्या मनात आली आणि मग त्या दिशेने त्यांचे प्रयत्न चालू झाले. सोळा हजार रुपये जमवायचा चंग त्यांनी बांधला आणि त्यासाठी अहोरात्र कष्ट सुरू केले. याला भेट, त्याला विनंती कर, कुणी चांगला माणूस आला की, स्वत:चे वजन खर्चून त्याच्याकडून शाळेसाठी देणगी वसूल कर. या कामी पुष्कळ वेळा त्यांचा अपमान होई. हेलपाटे होत. निंदा होई. कुणी म्हणे, ''मास्तर आता पेन्शनीला आलाय म्हणून पैसे गोळा करतोय. शाळा व्हायची नाही, जायची नाही. तो मात्र म्हातारपणी बसून खाण्याची सोय करील!''

चांगली-चांगलीही माणसे या कटकटीला विटत आणि मास्तरांना म्हणत, ''का अपमान करून घेता मास्तर? तुमचं काय नडलं आहे?''

मास्तर म्हणत, ''मी काही मुलांच्या लग्नमुंजीसाठी पैसे मागत नाही. तेव्हा त्यात लाज कसली?''

दिवस जात होते. मास्तर शाळेसाठी कष्ट घेतच होते.

गावातल्या एका श्रीमंत माणसाची तरुण मुलगी कुठे पुण्या-मुंबईकडे शिकत होती, ती अचानक एके दिवशी आली आणि मॅट्रिकच्या वर्गात बसू लागली. ती दिसायला देखणी होती. वर्णाने केतकीसारखी गोरीपान होती आणि शहरी पाणी लागल्यामुळे थोडीफार धीटही होती. त्यामुळे तिचे येणे ही सगळ्या शाळेत मोठी चर्चेची गोष्ट झाली. गावातही झाली. एखाद्या उजाड माळावर सुंदरसे फुलझाड उगवावे तसे झाले. सगळ्या शाळेत ज्या बोटांवर मोजण्याइतक्या पोरी होत्या, त्या काळ्याबेंद्र्या आणि गावंढळ होत्या. त्यामुळे बनी येताच वयात आलेली पोरे टापटिपीने पोशाख करून न चुकता शाळेत येऊस लागली. तरण्या, अविवाहित मास्तरांच्या चेहऱ्यांवर टकळाई आली. शाळेत एक नवेच चैतन्य आले.

आणि त्याच सुमारास बनीच्या बापाचा आणि लेले मास्तरांचा स्नेह जमला. शाळा सोडून कधीही कुठे बाहेर न जाणारे मास्तर रोज संध्याकाळी त्या चौसोपी वाड्यात जाऊन बसू लागले. शाळा बांधण्याच्या कामी काय काय करावे, हे ठरवू लागले.

घरोबा विशेष जमला, तेव्हा मास्तरांच्या घरी बनी येऊ-जाऊ लागली. कुणाशीही आपण होऊन विशेष न बोलणारे मास्तर तिच्याशी बोलू लागले.

हसऱ्या चेहऱ्याने बोलू लागले. क्वचित बारीकसारीक विनोदही करू लागले. वास्तविक, यात काही विशेष नव्हते, पण मास्तरांच्या स्वभावाशी ते विसंगत होते. फारच विसंगत होते. त्यामुळे आम्ही सगळेच आश्चर्यचकित झालो. कधी कधी बनी शाळेतही मास्तरांच्या खोलीत जाऊन बसे. तेव्हा लक्षात न येईल अशा बेताने पोरेसोरे आत डोकावत. इतरही मास्तर तिरक्या नजरेने तिकडे बघत आणि आपसांत कुजबुजत.

लवकरच मास्तरांच्या खोलीत मध्ये पडदा घालून एक आडोसा करण्यात आला. तिथे आरामखुर्ची, चांगली पुस्तके, पाण्याचा तांब्या ठेवलेला असे. काम करून फार थकले, म्हणजे दुपारच्या वेळी मास्तर घटकाभर त्या आरामखुर्चीत पडत. त्यांच्याशिवाय इतर कोणीही तिकडे जात नसे, पण शाळेच्या गड्याला एकदा बनी तिथे बसलेली दिसली.

आणि मग मात्र पोरे आणि तरुण शिक्षक लेले मास्तरांचा फार द्वेष करू लागले. त्यांच्याविषयी तीव्र असा वैरभाव मनात बाळगू लागले.

एकदा बनी रस्त्याने जात होती. तिच्याकडे बोट दाखवून मास्तरांचा मोठा मुलगा मला म्हणाला, ''ती बघ, माझी आई चालली आहे.''

त्या मूर्ख पोराच्या तोंडून हे शब्द ऐकताच मला फार चमत्कारिक वाटले. बनी-मास्तरांविषयी थोडीशी कुजबुज माझ्या कानी आली होती. मास्तरांचे तिच्यावर विशेष प्रेम होते, हेही मला जाणवले होते; पण यापलीकडे त्या उभयतांमध्ये काही नाजूक नाते असेल, असे मला कधीच वाटले नव्हते. असे म्हणणाऱ्यास मी खुळ्यात काढून गप्प बसलो असतो; पण प्रत्यक्ष त्यांच्या मुलानेच असे म्हणावे, हे विलक्षण होते.

मी थोडासा चिडलो आणि म्हणालो, ''राम, आपल्या वडिलांविषयी असं काही बोलणं तुला शोभत नाही.''

तेव्हा तो फिदीफिदी हसत म्हणाला, ''मी खरं ते बोलतो. असले वडील असण्यापेक्षा पोरकं असलेलं बरं!''

''शक्य नाही! मास्तरांच्या बाबतीत ही शंका त्यांचा शत्रूदेखील घेणार नाही.''

''पण मी त्यांचा मुलगा, खात्री देतो आहे.''

मग लगोलग मी त्याचे मानगूट धरले आणि ओरडलो, ''मूर्ख आहेस तू! मास्तरांचं वय काय, तिचं काय! असले संबंध त्यांच्यात असणं शक्य आहे का? पुन्हा असं बोलशील, तर मी तुझं नरडं दाबीन!''

धडपड करून तो माझ्या पकडीतून सुटला आणि माझ्या तोंडावर थुंकी

टाकून बोलला, ''तू आमच्या घरात राहतो आहेस, हे विसरू नकोस. खाल्ल्या घरचे वासे मोजतोस?''

आणि मी अगदी मोडून पडलो. खरे, मी आश्रितच होतो. एक अनाथ मुलगा म्हणून या कुटुंबात राहत होतो. उद्या यांनी हाकलले असते, तर मला जाणे भाग होते. मास्तर एकटे होते आणि हा राम, त्याची आई, त्याची बहीण अन् तो तेली हे त्यांना अधिक होते. त्यांनी मनात आणले असते, तर माझे वाटोळे होणे सहज शक्य होते. होय, मी असे वागणे बरोबर नव्हते!

यानंतर चार-आठ दिवसांनीच सगळे गाव ढवळून निघावे अशी एक घटना झाली. बनीच्या घरापासून तो शाळेपर्यंत ओबडधोबड घरांच्या दगडी भिंतींवरून 'लेलेमास्तर आणि बनी' ही अक्षरे कुणी रातोरात लिहिलेली आढळून आली. इतके दिवस जी नुसती कुजबुज होती, ते आता जाहीर झाले. मास्तर आणि बनी यांचे संबंध अशा तऱ्हेचे होते, याचे जाहीरनामे लागले. ते कोणी लावले, खरे की खोटे, हे कळायला मार्ग नव्हता; पण त्यामुळे गाव ढवळून निघाले खरे!

त्या दिवशी मला वाटले, 'आज काही मास्तर तास घेण्याच्या मन:स्थितीत नसणार! झाल्या प्रकारामुळे त्यांना एवढे दु:ख झाले असेल की, आपल्या खोलीत स्वत:ला कोंडून घेऊन ते दिवसभर बसतील आणि ती पोरगी बनी? तिला काय वाटेल? उजळ माथ्याने गावातून हिंडणेसुद्धा तिला मुश्कील होईल! या गावातील कुजकी माणसे तिला पाहून खाकरे-खोकरे देतील. 'काय लेले, कुणाकडे?' असे उगीचच ओरडतील आणि ती बापडी अर्धमेली होईल. आणि तिचे आई-बाप? त्यांना आज काय वाटत असेल? कदाचित आपल्या तरुण मुलीला त्यांनी आता उलटेसुलटे प्रश्न विचारून रडकुंडीला आणले असेल. कदाचित ते तिचे शाळेत जाणे बंद करतील आणि मास्तरांनाही गंभीरपणे सांगतील, 'जन-लोकांसाठी म्हणून तुम्ही आता आमच्या वाड्यात येणं थोडं कमी करा. याचा अर्थ आम्ही भिऊन वागतो, असा नाही; पण पोरीचं अद्याप लग्न व्हायचं आहे.' '

आणि हे ऐकून मास्तर शांतपणे बाहेर पडतील. रस्त्याने व्यवस्थित पावले टाकीत आपल्या शाळेकडे येतील आणि पुन्हा ते कधी कुणाच्या घरी जाणार नाहीत. कुणाशीही स्नेह जोडण्याचा प्रयत्न करणार नाहीत.

पण तसे काही झाले नाही. मास्तर नेहमीप्रमाणेच शाळेत आले. बनीही आली. दोघांच्या चेहऱ्यांवर काही विशेष फरक दिसला नाही. थोडे हसून मास्तरांनी त्याही दिवशी बनीची चेष्टा केली आणि मधल्या सुट्टीच्या वेळी मास्तरांच्या आरामखुर्चीत बसून बनीने 'केसरी' वाचला. जणूकाही गावात लागलेल्या जाहिराती त्यांच्यापैकी

कुणी वाचल्या नव्हत्या. सहस्र तोंडांनी जे बोलले जात होते, चर्चिले जात होते; त्याच्याशी त्यांचा काहीच संबंध नव्हता!

त्यांच्या या वागण्याने मीही गोंधळल्यासारखा झालो. एकवार मनाला असेही वाटले, 'काय बेडर आहेत हे!'

शाळा सुटली. मुले घरोघर गेली. आपल्या खोलीत मास्तर एकटेच राहिले आणि मग त्यांनी मला बोलावून घेतले. त्यांच्या चेहऱ्यावरून त्या दिवशीचा प्रसंग गंभीर होता, हे मी मनाशी उमगलो आणि टेबलाशी जाऊन उभा राहिलो.

आपला चष्मा काढून त्याच्याशी चाळा करीत मास्तर काही वेगळ्याच आवाजात म्हणाले, "शाळेतल्या हुशार विद्यार्थ्यांपैकी तू एक आहेस. वरच्या वर्गातला आहेस आणि इतर सर्वांच्या मानाने तुला समज चांगली आहे. होय ना?"

मी मान हलविली. तिचा अर्थ 'होय-नाही' होता; पण मास्तरांनी तो 'होय' असाच घेतला आणि आपले बोलणे पुढे चालू ठेवले.

"गावातल्या भिंतींवर जे लिहिलं आहे, ते तू वाचलंस का?"

"होय."

"ते कुणी लिहिलं असावं, असं तुला वाटतं?"

"मी प्रत्यक्ष बघितलं नाही!"

"पण ती गोष्ट फारशी महत्त्वाची नाही. मला हेही सांग की, तुला माझ्याबद्दल असा काही संशय आला होता का? यावर तुझा विश्वास बसतो का?"

"मुळीच नाही."

"गुड! बरं, लोक असं गावात कधीपासून बोलत होते?"

"पुष्कळ दिवस झाले."

'"मग मला का सांगितलं नाहीस?"

"मला त्यात तथ्य वाटलं नाही म्हणून; पण लोकांना तरी काय म्हणावं? तुम्हाला खरं वाटणार नाही, पण प्रत्यक्ष तुमचा मुलगा राम असं माझ्याशी निश्चयपूर्वक बोलला होता. आज मास्तर मी खरं बोलतो, त्याबद्दल क्षमा करा; पण त्यानंच ही अक्षरं लिहिली असावीत, असा माझा तर्क आहे."

खाली मान घालून अन् डोळे मिटून मास्तर काही वेळ गप्प राहिले आणि मग त्यांनी जेव्हा बोलण्यासाठी चेहरा वर केला, तेव्हा त्यांना होणाऱ्या वेदना मला स्पष्ट जाणवल्या.

"पण काय रे, रामनं असं का करावं?"

"ते सर्व जण तुमचा द्वेष करतात. राम, मीरा, सदा कुणीच तुमच्या विषयी बरं बोलत नाहीत. एखाद्या शत्रूप्रमाणे ते तुमचा द्वेष करतात."

यावर मास्तर म्हणाले, ‘‘जा, सदाला म्हणावं, मी बोलावलं आहे.’’

काही वेळाने त्या पोराला घेऊन मी आलो. काही न बोलता तो मास्तरांच्यापुढे उभा राहिला. मग मास्तरांनी त्याला पुढे ओढून घेतले आणि कुरवाळीत विचारले, ‘‘सदोबा, मी तुला आवडतो का?’’

आणि गाल फुगवून उभे राहिलेले ते पोर काहीही न बोलता मानेनेच ‘नाही’ म्हणाले.

‘‘मी तुला कधी मारलं आहे का?’’

‘‘नाही.’’

‘‘कधी रागावून बोललो आहे का?’’

‘‘नाही.’’

‘‘मग मी का आवडत नाही तुला?’’

सदा काही बोलला नाही तेव्हा मास्तरांनी हा प्रश्न त्याला पुन:पुन्हा विचारला आणि मग एकाएकी घाबरून रडत सदा बोलला, ‘‘मला तुमची भीती वाटते.’’

त्याच्या रडण्याने खोली भरून गेली, तेव्हा मास्तरांनी हातांनीच खुणावून मला सांगितले की, याला घरी ने.

त्याच रात्री एक-दीड वाजण्याच्या सुमारास मास्तरांनी मला जागे केले आणि हातात कंदील घेऊन आम्ही दोघेही बाहेर पडलो. मास्तरांच्या हातात ओल्या फडक्याचा एक मोठा बोळा होता. अशा अपरात्री मास्तर कुठे चालले होते, याचा मला बोध होईना. मी निमूटपणे त्यांच्यामागून चालू लागलो. नाना शंका-कुशंकांनी माझे मन हबकून गेले. रात्र काळोखी होती आणि रस्त्यावर चिटपाखरूही नव्हते. आमच्या पायांच्या आवाजाने भिंतीशी टेकलेली डुकरे जागी होत आणि डुरडुर करून मुस्कटे हलवीत. कुत्री चाहूल घेत आणि भुंकून गरगटा करीत.

शेवटी आम्ही शाळेपाशी आलो आणि मास्तर मला म्हणाले, ‘‘कंदील वर धर.’’

जेव्हा मी त्यांनी सांगितल्याप्रमाणे केले, तेव्हा भिंतीवर लिहिलेली ती अक्षरे दिसली. काहीही न बोलता ओल्या बोळ्याने मास्तरांनी ती अक्षरे पुसून टाकली. आपल्या पोटच्या मुलाने आपली बदनामी जगजाहीर करण्यासाठी लिहिलेला तो लेख मास्तरांनी स्वत:च्या हातांनी पुसून टाकला.

तास-दीड तास हिंडून आम्ही ती सगळी अक्षरे नाहीशी केली आणि मग घरी आलो.

मास्तरांनी हे पुसले खरे; पण त्या गलिच्छ गावातील माणसांची मने त्यांना पुसता येणे शक्य नव्हते. माणसे बोलतच राहिली. त्यांच्या कंटाळवाण्या आणि दु:खी जीवनक्रमात ती एक करमणुकीची गोष्ट होऊन राहिली. मास्तरांवर शब्दांचा शेणमार करण्यात एक प्रकारचा आसुरी आनंद त्यांना मिळू लागला आणि तो उपभोगण्यासाठी सगळे धडपडू लागले.

जेव्हा आपला बाप या वयात असे करतो हे जगजाहीर झाले, तेव्हा मीराने तेल्याशी उघड-उघड संबंध ठेवले आणि तो कृतघ्न पोर तिच्यावर हक्क सांगू लागला. याही गोष्टीचा गावात खूप बभ्रा झाला. मागच्या गोष्टीची पुनरावृत्ती होऊन मीरा आणि तेली यांची नावे भिंतींवरून झळकली. मात्र ती बोळा घेऊन कुणीही पुसली नाहीत. उलट मीरा एके दिवशी धीटपणे बापासमोर उभी राहिली आणि बोलली, "मला त्याच्याशी लग्न करायचे आहे."

बाप म्हणून दु:खपूर्ण आवाजात मास्तरांनी तिला विचारले, "या उनाड आणि कुरूप मुलाशी लग्न करून तू सुखी होशील का? बाळ, तुमच्या चरितार्थाचं काय? तू कुणाशी लग्न करावंस याची सक्ती करण्याची माझी इच्छा नाही, पण तुझा बाप या नात्याने तुझे हित-अहित मला बघितले पाहिजे."

यावर शारीरिक सुखाच्या लालचीने आंधळी झालेली ती पोर उर्मटपणे बोलली, "माझं हित मला कळतं. आता मी लहान नाही. तुम्हाला पसंत नसेल, तर तसं सांगा. मी घराबाहेर पडेन आणि लग्न करेन."

यावर चहूबाजूंनी खाली आलेला तो भला बाप स्वस्थ राहिला आणि त्याची पोर तेल्याच्या पोराचा हात धरून विनाशाकडे निघून गेली. मास्तरांच्या देखत गेली आणि त्यांनी तिला अडविले नाही. कोऱ्या डोळ्यांनी आपल्या लेकीचे ते करणे त्यांनी बघितले आणि उरातले दु:ख उरातच ठेवले.

मुलगी निघून गेली, तेव्हा मास्तरीण बाईंनी खूप आरडाओरडा केला. मास्तर जेवणासाठी पानावर बसलेले असताना त्या त्यांना टाकून बोलल्या, "तुम्हीच या गोष्टी घडण्यास कारणीभूत आहात. शाळा-शाळा करता तुम्ही घरात इतके दिवस तिऱ्हाइतासारखे वागत आलात. त्या शाळेपायी तुम्ही स्वत:ची नाचक्की करून घेतलीत; आमचीही केलीत! पोरीच्या जन्माचं नुकसान केलंत! एवढे दिवस मी अब्रूनं काढले आणि आता माझं तोंड काळं झालं; सर्वस्वी तुमच्यामुळे झालं! लोक उगीच बोलत नाहीत. उगीच कुणावर अदावत घेत नाहीत. तुम्हीच चुकलात. इतके दिवस तोंड दाबून गप्प बसले, पण आज बोलते. म्हातारपणी तुम्ही सगळा संसार उधळून देण्यासारखे केलेत." असे ती बाई

आपल्या नवऱ्याला फडाफड बोलली.

तिचे सगळे बोलून झाले, तेव्हा हाताला मीठ चोळीत मास्तर म्हणाले, ''माझं चुकलं खरं!''

आणि मग गावातील लोकांनी वरिष्ठ अधिकाऱ्यांकडे अर्ज धाडले. काडीएवढीही नीती नसलेले असले शिक्षक इथे नकोत, असे अर्ज केले; पण ते पोचून मास्तर कमी व्हायच्या आतच स्वत: मास्तरांनी राजीनामा दिला आणि आपले सगळे चंबुगबाळे आवरून जाण्याची तयारी केली. तेव्हा बनी रड-रड रडली.

तिचा बाप मास्तरांना भेटायला आला आणि म्हणाला, ''मास्तर, इथून कुठं जायचं ठरवलं आहे? काय करायचं योजलं आहे?''

मास्तर म्हणाले, ''ईश्वर बुद्धी देईल तसं करणार!''

''हे बोलायला ठीक आहे, पण....''

''यापुढे एखाद्या दुकानात जमाखर्च लिहीन, पण कुठल्या शाळेत शिक्षक होणार नाही. झालं एवढं पुरे झालं!''

आणि मग रात्रीच सामानसुमानाने भरलेल्या गाड्या घेऊन मास्तर स्टेशनवर जाण्यासाठी निघून गेले. तो राम, तो सदा, त्या मास्तरीण बाई सगळी गेली.

जाताना जेव्हा मी त्यांच्या भोवती-भोवती घोटाळत राहिलो, 'मास्तर, हे बांधू का? ते ठेवू का?' असे विचारीत राहिलो, तेव्हा मास्तर मला म्हणाले, ''बरं आहे व्यंकोबा. आम्ही आता चाललो. मागं एकवार मी तुला बोललो होतो की, मी हिशेब लिहितो, तो तुला कळणार नाही; पण आता तो तुला कळेल. हे चोपडं घेऊन जा. ते वाच आणि तुझ्यापाशीच ठेवून घे!''

आणि ते चोपडे, आयुष्याचा तो जमाखर्च माझ्याकडे देऊन माझे भले मास्तर गाव सोडून निघून गेले.

माझे शिक्षण तिथेच संपले!

५.
गुणा आई

माझ्या गुणा आईला मी बघितलेले नाही. तसे बघितले आहे, पण त्या वेळी मला कसलीच उमज नव्हती. माझ्या डोळ्यांच्या बुबुळांना नीट तोलही सांभाळता येत नव्हता. भूक लागली की, बारीक आवाजात रडावे, तोंडात दिलेला स्तन चुरूचुरू प्यावा आणि गडद झोपून राहावे, एवढेच मला माहीत होते. खऱ्या आईच्या पोटातून मी नुकताच बाहेर आलो होतो आणि त्यामुळे माझ्या गुणा आईला मी बघून न बघितल्यासारखे होते; पण आज पंचवीस-सव्वीस वर्षे माझ्या आईकडून, माझ्या बापाकडून, गावातल्या बाया-बाप्यांकडून तिच्या विषयी मी इतके ऐकत आलो आहे की, बघितले नसूनही ती माझ्या नजरेला दिसते.

रंगाने ती गोरीपान होती. रूपाने ठसठशीत होती. अंगापिंडाने खिलार गाईसारखी मजबूत होती. मांजराच्या जिभेसारख्या रंगाच्या तिच्या पातळ ओठावर पिंगट सोनेरी रंगाची लव होती. हो, चांगली नजरेत भरण्यासारखी लव होती. जातीने बाईमाणूस असूनही ती कधी कुणापुढे लाजली नाही. लाजली, तरी एखाद्या वयात आलेला पोरगा लाजेल इतकीच. परपुरुषासमोरसुद्धा ढळला पदर तिने कधी चलाखीने सावरला नाही. दहा जणींसारखी ती कधी नटली नाही, मुरडली नाही. कधी नजर पायाकडे लावून उभी राहिली नाही की कमर हलवीत चालली नाही. ती बाई असून तिच्यात बाईपण नव्हते. बाईपण असूनही पुरुषांच्या डोळ्यांना बघवत नव्हते, असे काही वेगळेपणही नव्हते. होते ते विलक्षण होते, पण घाणेरडे नव्हते.

खरोखर माझ्या गुणा आईचे सगळे विलक्षणच होते. तिचे जगणे आणि तिचे सारेच काही नवीन होते; थक्क करणारे, डोळे ओलावणारे, आदर वाटणारे होते.

साठ-सत्तर घरे असणाऱ्या एका खेडेगावात तिचा जन्म झाला होता आणि आई लगेच मरून गेली होती. शेतीभाती करून राहणाऱ्या बलदंड, पण मायाळू बापाची ती फार लाडकी लेक होती आणि एका मोठ्या भावाशिवाय तिला दुसरे कोणी नव्हते. सगळ्या गावाशी फटकून वागणारा, जिद्दीने राहणारा तिचा बाप आणि बापाच्याच वळणावर गेलेला थोरला भाऊ यांच्या संगतीत गुणा लहानाची मोठी झाली होती आणि आपसूकच तिचे वागणे, बोलणे, चालणे पुरुषी झाले होते; पण असे तरी कसे म्हणावे? पुरुषांत पौरुष आणि बायकांत बाईपण ही काही मागाहून येणारी गोष्ट नव्हे. जन्माला येतानाच नाक, डोळे, कान यांप्रमाणे तेही येत असते. ते काहीही असो; गुणापाशी बाईपण नव्हते, हे मात्र खरे.

वयाला येईपर्यंत तिने बाप-भावाच्या बरोबरीने रानामाळांत कष्ट केले. बाईमाणूस म्हणून अमुकच करावे आणि अमुक करू नये, हे तिने पाळले नाही. मोट धरली, दारे मोडली आणि स्वयंपाक केला, भांडीही घासली. लुगडे-चोळी लेऊनही ती 'आलो-गेलो' म्हणे आणि चार जणांसारखी ओढ्यावर जाऊन अंघोळ करी. बसली, म्हणजे मांडी ठोकून बसे आणि चालायला लागली, म्हणजे छाती काढून चाले. आणि आश्चर्य हे की, बाई असूनही तिला हे शोभून दिसे. त्या बाईपणाला एक वेगळी झळाळी येई!

लहान होती, तोवर याचे कौतुक झाले; पण पुढे गावाच्या डोळ्यांत ही गोष्ट आली आणि वळणाने-आडवळणाने अधिकारी माणसांनी ही गोष्ट बापाच्या ध्यानात आणून दिली.

कुणी स्पष्ट बोलले, ''रंभाजी, गड्या, पोरीला नीट वळण नाही लावलंस. पोरीच्या जातीनं कसं चालावं, कसं बोलावं! आणि तुझी ही गुणा निव्वळ पोरासारखी वागते. घरी आहे तोवर ठीक आहे, पण लगीन होऊन परगावी गेली, तर तुझी आणि त्याबरोबरच गावची अब्रू जाईल. या निमगावच्या पोरी अशा वागतात, असा डंका दुनियेत होईल.''

रंभाजीने कधी फटकन टाकून बोलावे, ''माझी पोरगी अशीच वागणार. तो पोरगाच आहे माझा. काय म्हणणं तुमचं? माझं मी बघून घेईन पुढे. नाही मिळाला नवरा, तरी ठेवीन जन्मभर घरी. काही जड नाही मला. गेली तर गेली गावची अब्रू. काय अब्रूचं गाव आहे, ते मला ठाऊक आहे.''

आणि बिचाऱ्या बोलणाऱ्याने वरमून निघून जावे. पण केव्हा रंभाजीने असेही उत्तर करावे, ''अहो, अजून नाकळतं आहे लेकरू; तोवर वागेल असं. एकदा लग्न होऊन नवऱ्याघरी गेली की, कसं वागावं आणि कसं वागू नये, हे तिचं तिला कळेल आपसूक.''

अशा उत्तराने तोंडावर बोलणाराची वाचा बंद होई; पण गावातली कुणकुण

कशी बंद होणार? उत्तरोत्तर ती वाढतच गेली. गुणा पोरीच्या वागण्याला लोक हसू लागले. म्हाताऱ्या रंभाजीला मूर्खात काढू लागले. या वेड्या बापाने आपली पोरगी आपल्या हाताने बिघडवली, म्हातारपणी आपली अब्रू आपल्या हाताने उघडी पाडली, असे म्हणू लागले आणि दिसामासाने गुणाही वाढू लागली. पोरपण जाऊन कळती दिसू लागली आणि मग लाडाने वेड्या झालेल्या रंभाजीलाही वाटू लागले की, आता पोरीचे लगीन करावे. ती जन्मभर जवळ राहावी असे त्याला कितीही वाटत असले, तरी ते खरे नव्हते. 'पोटाला आलेली ही पोरगी आज ना उद्या दुसऱ्याच्या घरी धाडली पाहिजे. कुणा भाग्यवंताचा संसार सुखाचा करून त्याचा वेलविस्तार तिने वाढविलाच पाहिजे.'

आणि मग तो गावोगाव हिंडू लागला. सोयऱ्या-धायऱ्यांकडे निरोप, सांगावे धाडू लागला. रंभाजी या साली आपल्या पोरीचे लगीन करतो आहे, ही बातमी चहूकडे फैलावली. गाठीभेटी, बोलाचाली होऊ लागल्या. परस्परांच्या घराण्यांविषयी चर्चा होऊ लागली. हीऽ झुंबड सुरू झाली. लगीनसराई जवळ आली, तेव्हा मग इतके दिवस गप्प असलेल्या गुणाने रंभाजीला विचारले, "बाबा, या साली माझं लगीन करतोस काय?"

"हो, करतो. तुझं एकवार सगळं लावून दिलं की, सुखानं मरायला मोकळा झालो."

"माझं कुठं वाकडं आहे, ते लगीन केल्यावर सरळ होईल?"

"असं का म्हणतेस पोरी? बापाचं घर किती दिवस पुरणार? आणि लगीन केल्यावाचून बाईचं बाईपण नाही पुरं होत."

"मला नाही तसं वाटत. मला सगळं सारखंच!"

"वेडी रे वेडी! अनुभव नाही, तोवर वाटेल तसं. एकवार नवऱ्याघरी गेलीस की, कळेल सगळं."

आणि मग रंभाजीने आपल्या लाडक्या लेकीला जवळ घेऊन कुरवाळले. त्या भाबड्या बोलीने त्याचे डोळे पाणावले. छाती भरून येऊन तो गुणाराणीला कुरवाळीतच राहिला. तिच्या सोजीसारख्या अंगावरून आपला राठ, खरखरीत हात फिरवीत राहिला. तसे लेकीलाही भडभडून आले. बापाच्या केसाळ छातीवर गाल ठेवून ती बोलली, "बाबा, तुला मोकळं वाटणार असेल, तर कर माझं लगीन. मी आनंदानं नवऱ्याघरी जाईन. चांगला संसार करीन!"

"करशील? माझे बये, सगळा गाव माझ्या तोंडात शेण घालतो की, पोरीला नीट वळण लावलं नाही. ती संसार करणार नाही. गावची अब्रू काढील."

"नाही बाबा, मी नीट नांदेन. गावची अब्रू जाईल, असं नाही वागणार!"

पोरीचे हे बोल ऐकून म्हाताऱ्या रंभाजीला आनंद झाला आणि दुप्पट

उत्साहाने तो गावे पालथी घालू लागला. पोरीला मनाजोगता नवरा शोधू लागला.

आपले आता लगीन होणार, ही जाणीव होताच गुणा थोडी-फार अबोल झाली. आपल्याशीच विचार करीत, त्या नादात रोजची कामे उरकू लागली. वाटेने जाताना तिची मान खाली झालेली दिसू लागली. ओढ्यातल्या झऱ्यावर पाणी उपसून ते निवळेपर्यंत तिची नजर कुठेतरी स्थिर राहू लागली. झऱ्यात निवळशंख पाणी येई, तरी डोळ्याची पापणी न मिटता ती कुठे एका जागी बघत राही. शेवटी झरा तुडुंब भरून येई आणि एखादी टिटवी आभाळातून कर्कश ओरडत निघून जाई, तेव्हा ती भानावर येई आणि गडबडीने पाणी भरू लागे.

अशा एका बेभान स्थितीतच ओढ्यावर अंघोळीला आलेल्या भीमा येलमाराने तिला बघितले आणि गेली सहा-सात वर्षे कोरा राहून तालीम करणारा तो रगेल पोरगा चाळवला. खाली मान घालून झऱ्याशी पाणी भरणाऱ्या देखण्या गुणाला बघून वरचेवर दंड थोपटू लागला, पारव्यासारखा घुमू लागला आणि गुणा भानावर आली. भरलेल्या घागरीच्या तोंडावर हात ठेवून तिने मागे वळून बघितले.

खळाळत्या धारेला लागून पसरलेल्या काळ्या खडकावर उंचापुरा भीमा उभा होता. त्याचे जोर-बैठका मारून घोटविलेले अंग पाण्याने भिजल्यामुळे उन्हात चकाकत होते. कमरेला जाम बांधलेल्या लंगोटाची पुढची पट्टी गुडघ्यापुढे लोंबत होती; पाण्याने निथळत होती. मान वाकडी करून त्याने दंडावर काढलेला आवाज उखळीचा बार काढावा तसा उठत होता.

गुणाला चीड आली. आपल्याला बघून हा मस्तवाल दंड थोपटतो आहे, हे तिला कळून चुकले आणि लोखंडाची जड घागर उचलून घेऊन ती घरी निघून आली. दिवसभर तिच्या मनातून ती चीड गेली नाही.

एकवार तिला वाटले – 'मुद्दाम नसेल, सहज त्याने दंड थोपटले असतील. चोराच्या मनात चांदणे! आपल्या जिवाला ही गोष्ट का लागावी? ठोकेना बापडा दंड! जोपर्यंत तो आपल्या सन्मुख होऊन काही बोलत नाही, खुणवत नाही, तोवर कशाला त्याच्याकडे लक्ष द्यावे? आजपर्यंत नाही कधी तो असा वागला; पण कदाचित लगीन होणार, ही बातमी कळूनही त्याने मला असे खिजविले असेल. मी बाईमाणूस असून मर्दासारखी वागते, असे लोक म्हणतात; त्यावरूनही खिजविले असेल. असेल. असेही असणे शक्य आहे. आता माझे लगीन होऊन परगावी जाणार, ही बातमी ऐकून या गड्याला चेव आला असेल. त्याला गावात विचारणारे, पुसणारे कोणी नाही, असे समजून त्याने मला चिडवले असेल. 'तशातली' असेन, तर दंड थोपटण्यातली सूचना लक्षात घेईन आणि ती जाणल्याचं दाखवीन, अशा समजुतीनेही त्याने हे वर्तन केले असेल. काही का

असेना, भीम्याने आज आगाऊपणा केला, हे खरे. या गुणाला, आभाळातल्या बिजलीला खुणावले; हे खरे. अरे, पण सांभाळ! अशी हातात गावणारी ती नव्हे!'

उलट-सुलट विचारांनी माझी गुणा आई फार कावली आणि दुसऱ्या दिवशीही ओढ्यावर तोच प्रकार घडला. भीमाने तिच्याकडे बघून काडकाड भुजा ठोकल्या, खाकरे-खोकरे दिले. दहा गावांत अजिंक्य असलेला तो तरणाबांड पहिलवान अगदी चेकाळून उठला आणि माझी गुणा आई फार संतापली.

'आपण गडी असतो, तर याला या वाळूतच मुंडीवर उभा केला असता. एवढेच काय, पाच गावची माणसे जमलेल्या फडात ह्याला माती चारली असती! पण इलाज नाही, आपण बाई पडलो. बाई पडलो! इलाज नाही....' असे विचार मनात येऊन तिला संतापाचे कढावर कढ आले आणि पुढे पाच-सहा दिवस तिने मोठ्या चमत्कारिक मन:स्थितीत काढले. भीम्याचा सूड घ्यायची तिची इच्छा तिला फार त्रास देऊ लागली आणि जो-जो विचार केला, तो-तो तिला ते अधिकच कठीण वाटू लागले. द्रौपदीची अभिलाषा बाळगणाऱ्या कीचकाला भीमाने हात उखडून प्रायश्चित्त दिले; गुणाला तसे कोण होते?

आणि मग एका संध्याकाळी माझा बाप आपल्या उमद्या घोड्यावर बसून तिला बघण्यासाठी आला. तो गोरेला जवान वयात आला होता आणि त्याला आता लगीन करणे आवश्यक होते. कुणबिकीच्या कामात तो अगदी एकांडा होता. त्यामुळे भाकरी बडवून, पोरे सांभाळूनही रानामाळात खपणारी अशी बळकट बांध्याची कष्टाळू बायको त्याला पाहिजे होती. म्हाताऱ्या रंभाजीला हा एकमार्गी, देखणा अन् सधन पोरगा पसंत पडला होता आणि आपली देवगुणाची पोरगी त्याने करून घ्यावी, अशी त्याची फार इच्छा होती. त्याने त्याबद्दल माझ्या बापाला वारंवार विनवण्या केल्या होत्या आणि त्याला मान देऊन तो पोरगी बघण्यासाठी मुद्दाम आला होता.

मग बघण्याचा कार्यक्रम रीतसर झाला आणि माझ्या बापाला गुणा आई पसंत पडली. रंभाजी खूश झाला. त्याचा आनंद गगनात मावेना. लग्नाचे जेव्हा पक्के झाले, तेव्हा गुणा आईने फारच धिटाई केली. तांबडाभडक जरीचा पटका बांधलेला, मलमली सदरा घातलेला, नाकेला आणि उंचेला असा आपला नवरा गाठून ती त्याला म्हणाली, "माझं एक मागणं आहे. मागू?"

माझा बाप गुणाच्या या धिटाईने दिपला आणि खूशही झाला. म्हणाला, "माग."

"या गावात एक माजोरी पहिलवान आहे. माझ्याकडे बघून त्यानं भुजा ठोकल्या, मांड्या थोपटल्या. दहा गावं जमलेल्या फडात तुम्ही त्याला धूळ चारा, म्हणजे माझं समाधान होईल."

या मागण्याने माझा बाप थोडा विचारात पडला. कारण भीम्याचे नाव त्याच्याही कानावर होते. 'एवढा जालीम पहिलवान! आपल्यासारख्या तयारी नसलेल्या गड्याने त्याच्याशी कशी टक्कर द्यावी.' याचा विचार त्याला पडला.

''का? अवघड वाटतं?''

''अवघड कशाचं? पण कुणबी गडी! कधी पोरवयात आखाड्यात लोळलेला. एकाकी, तयारी नसताना एवढ्या मोठ्या जोडीदारावर कसा उठू?''

''उठा हिमतीनं. माझ्या शब्दासाठी, अब्रूसाठी!''

''अलबत उठीन! पण त्यासाठी तयारी धरली पाहिजे!''

आणि तयारी धरली पाहिजे, या शब्दांवेळी माझ्या बापाने गुणा आईकडे मोठ्या अर्थपूर्ण नजरेने बघितले. त्या बघण्यात आशय असा होता की, पहिलवान होणे सोपे नाही. त्यासाठी तुला आणि मला ऐन जवानीत मन मारावे लागेल. पहिलवानाला बाईचा वारा नको असतो आणि तू तर लगीन होणाऱ्या नवऱ्याला पहिलवान होण्याचा आग्रह करते आहेस. तेव्हा हे कसे जमावे? हे किती कठीण आहे, किती जोखमीचे आहे, याची तुला कल्पना आहे का? हा निग्रह तुझ्याने होईल का?

पण माझ्या बापाला काय ठाऊक की, ज्याची आपण शंका घेतो आहोत, ते आचरणे गुणाबाईसाठी फार सोपे होते; फार मामुली आहे! वाक्यातील खोच ध्यानात न घेताच ती आत्मविश्वासाने बोलली, ''मग धरावी की! मी आहे तुमची काळजी घ्यायला.''

''पहिलवान होऊन आखाड्यात घुमत बसलो, तर माझी कुणबिकी कशी चालेल?''

''मला कुणबिकीची कामं नवी नाहीत आणि भारी नाहीत. त्यातूनही माझ्यानं उरक होईना, तर माझा भाऊ आहे. तो येऊन माझ्यापाशी राहील. तुम्ही नका घोर करू!''

आणि माझ्या बापाने तयारी धरण्याचे मान्य केले. नवरेपणाच्या ईर्ष्येने त्याला नकार देऊ दिला नाही. बाईने मागितलेले हे मागणे जर पुरे करता आले नाही, तर आपण गड्याच्या जन्माला फुकट आलो, असे वाटून गुणाचे मागणे त्याने मान्य केले.

आणि मग माझ्या बापाने गुणा आईशी लग्न केले. रंभाजीने पुष्कळ खर्च केला. तीन गावे जेवू घातली. पोरीच्या अंगावर पुष्कळ दागिने घातले. अंगठी, पटका देऊन जावयाचा रुसवा काढला.

लग्नाचा सोहळा संपला. सगळे नीट पार पडले आणि मग एके दिवशी

माझी गुणा आई नवऱ्याच्या घरी नांदायला निघाली. वाघाला जरब लावील असा रंभाजी, पण त्याने डोळ्यांतून पाणी काढले. पोरीला वरचेवर आंजारून भरल्या गळ्याने तो माझ्या बापाला म्हणाला, ''गड्या, माझी पोरगी फार लाडात वाढली आहे. तिचं उणंदुणं खपवून घे, हे असं सांगणं खरं नव्हे; पण माझं आतडं राहत नाही. आईमाघारी जपलेली ही माझी लेक, ही सोन्याची पुतळी मी आज तुझ्या पदरात टाकली आहे; तिला नीट सांभाळ!''

आणि माझ्या बापानेही शब्द दिला, ''मामा, तुम्ही बिनघोर राहा. ती तुमची लेक आणि माझी कुणी नव्हे का? माझ्या घरात तरी दुसरी कोण आहे? आई-बाप नाहीत, बहीण नाही. माझा सगळा जीव आपसूकच हिच्या वाट्याला जाईल!''

नांदायला आली तशी गुणा आई नवऱ्याच्या पहिलवानकीसाठी राबू लागली. त्याचे खाणे-पिणे, त्याचे झोपणे-उठणे तिने आखून दिले. घरकामाकडे, कुणबिकीकडे काडीइतकेही ध्यान न देता माझ्या बापाने चांगले खावे आणि मेहनत मारावी, असा दंडक तिने घालून दिला आणि दिला शब्द पाळण्यासाठी माझा बाप उद्योगधंदा सोडून तयारी करू लागला. शेरांनी दूध प्यावे; खारीक-खोबरे, बदाम-पिस्ते असले खाणे खावे; अंगाखालची जमीन ओली होईपर्यंत जोर मारावेत, बैठकी काढाव्यात आणि नामांकित वस्तादाकडून धडे घ्यावेत असा धोशा त्याने चालविला. हे करीत असताना त्याने प्रपंचाची काळजी काडीइतकीही केली नाही. आपले लगीन झाले आणि तरणीताठी बायको घरात आहे, हे मनातही आणले नाही. मन लावून त्याने बलभीमाची उपासना चालविली.

आणि गुणा आई सगळा कुणबावा सांभाळून राहिली. पेरणी-काढणीसारख्या नशीच्या कामी तिने आपला भाऊ बोलावून घेतला आणि एखाद्या गडीमाणसासारखी ती बाई शेतजमिनीत राबली. रात्री अंधाराची ती मळ्यातून एकटी येई. कुणाही परक्या माणसाशी न लाजता बोलणे करी. तिचे असे बाईमाणसाला न शोभण्यासारखे वागणे बघून गावचे लोक हसू लागले. नावे ठेवू लागले; पण तिचा करारी बाणा, पाक वर्तन, दुसऱ्यांशी बरे वागून असणे, नडल्या-अडल्याला सढळ हाताने मदत करणे आणि कुणाविषयीही अकारण वैरभाव न ठेवता चांगुलपणाने वागणे हे सगळे जसजसे डोळ्यांत आले, तसतसे ते गप्प झाले. गुणा आई ही विलक्षण बाई आहे; पण तिच्या अंगी सोन्यासारखे गुण आहेत, हे त्यांना कळून आले आणि मग ते तिची टिंगल करीनासे झाले.

अशी तीन-एक वर्षे झाली आणि माझा बाप चांगला तयार झाला. त्याच्या अंगी रेड्याचे बळ आणि बिबळ्याची चपळाई आली. ठिकठिकाणच्या उरुसांवर

जाऊन नावाजलेल्या खेळणाऱ्यांशी त्याने सामना दिला आणि त्याच्या नावाची बढती चहूकडे झाली... आणि मग त्याने एके दिवशी भीम्या येलमाराला आव्हान दिले. त्याने ते घेतले. गावोगावची माणसे जमा झाली. खंडोबाच्या माळावर मैदान झाले. लोकांची तोबा गर्दी झाली. गवगवीने आभाळ भरले. गावाला येऊन मिळणाऱ्या चहूबाजूंच्या वाटा माणसे येऊन येऊन फुफाट्याने भरून गेल्या. हौशे, गौशे, नवशे जमा झाले आणि तशा गर्दीत मैदान गाजले. सुरुवातीस लहानसहान जोड्या लढल्यावर मग भीम्या येलमार उठला. त्याच्याभोवती त्याच्या चाहत्या मंडळींचे कडे होते. त्यांनी हातात काठ्या, कुऱ्हाडी बाळगल्या होत्या. त्या सगळ्यांनी 'घे, घे' शब्द करून त्याला चेव आणला आणि मग लंगोटा किस्ताक कसून, अंगाला तेल चोपडून तो ताडमाड गडी मैदानात उतरला. भुजा ठोकून त्याने जमावाचे लक्ष आपल्याकडे वेधून घेतले आणि मग चोहोंकडून "हा – हा, बघा, भीमा येलमार. काय शरीर राखलं आहे! काय ताकद आहे! वा रे बहाद्दर!"

आपल्या लोकांच्या मेळ्यात बसलेला माझा बापही उभा राहिला. वस्ताद मंडळींचे आशीर्वाद घेऊन मैदानात उतरला आणि मघा भीमाला बघून दिपलेले लोक बोलले, "अरे, हा बघा दुसरा गडी! हाही कमी नाही. ही आता दोन पटाईत वाघांची झटापट होणार!"

कोण कोणाला चीत करील, यावर पैजा लागल्या. ईर्ष्येने उणीदुणी भाषाही झाली आणि जुंपली. दोन पटाईत पहिलवान वाघासारखे एकमेकांशी भिडले. पट्ट्याच्या पात्यासारखी त्यांची चपळ अंगे लवू लागली. श्वास रोखून ते एकमेकांना लाफे मारू लागले. त्यांचा आवाज कानी येऊन बघणाऱ्यांच्या अंगावर काटे उभे राहिले. संधी सापडताच ते दोघे जुगणाऱ्या नाग-नागिणीसारखे एकमेकांना विळख्यात पकडीत, पुन्हा चपळाईने निसटत. एकमेकांवर अवघड पेच मारीत कधी खाली होत, तर कधी वर होत. क्षणभर एकमेकांकडे तांबारलेल्या डोळ्यांनी बघत आणि घामाने डबडबलेल्या अंगाला तांबडी माती फासून पुन्हा परस्परांशी भिडत. एक दुसऱ्याला कुठेतरी धरू पाही आणि दुसरा ते झिंझाडून टाकी. त्यात त्यांची बोटे मोडून निघाली. हात हिसकले गेले. गुडघे सोलून निघाले आणि दम भरून, तांबड्या मातीने मळलेले ते दोघे वीर लोहाराच्या भात्यासारखे धापा टाकू लागले.

लोक म्हणू लागले, आता बरोबरी होणार. दोघेही गडी सारख्याच तयारीचे आहेत. यात आता कोण कोणालाच जिंकणार नाही आणि कित्येकांनी पंचांना कुस्ती सोडवा, असा सल्लाही दिला, पण पंचांनी ते ऐकले नाही. खेळाडूंनीही ऐकले नाही, ते प्राणपणाने झुंजतच राहिले आणि शेवटी एक कठीण पेच टाकून माझ्या बापाने भीम्या येलमाराला लोळविला. तो भीम्याच्या उरावर बसला आणि धुण्याचा पिळा पिळावा, तसा त्याचा उजवा हात पिरगाळून म्हणाला, "अरे,

ह्याच हातानं तू माझ्या बायकोसमोर भुजा ठोकल्यास, उघड्या मांड्या थोपटल्यास ना?''

वेदनेने कळवळून भीम्या ओरडला आणि पंचांनी धावून कुस्ती सोडविली. काठ्या-कुऱ्हाडी घेऊन भीम्याभोवती कडे केलेले गाववाले या पराजयाने पिसाळले आणि तावातावाने ओरडू लागले. तसे माझ्या गावचे लोकही धावून गेले आणि घटकाभर कुस्तीच्या मैदानाला लढाईचे स्वरूप आले. एकच कल्लोळ झाला. माणसे चिरडली, दुखावली. पायताणे हरवली आणि पटके उडून गेले. धुराळ्याने आभाळ तांबडे झाले.

शेवटी शहाण्या लोकांनी दंगल आटोक्यात आणली आणि पराजित लोक चीड मनात धरून निघून गेले.

गाववाल्यांनी माझ्या बापाला गणपतीसारखा मिरविला आणि त्याच्यावर चिरमुरे-खोबरे उधळले. वाजंत्र्यांनी तडतडाट केला. गुरवांनी शिंगे फुंकली. कानात बोटे घालून, डोळे मिटून पोरेटोरे बेंबीच्या देठापासून ओरडली आणि विजयाच्या उन्मादाने माझे गाव बेफाम झाले!

माझ्या गुणा आईची छाती आनंदाने फुलली. दारात येऊन तिने आपल्या विजयी नवऱ्याला ओवाळले. डोळ्यांत पाणी आणून त्याला ओवाळले. कढत पाण्याने त्याला धुऊन काढले. तिने त्याला कुठे ठेवू आणि कुठे नको, असे केले. होय, नवऱ्याचा विजय म्हणजे तिचाच विजय होता! तिला भुजा ठोकून खिजविणाऱ्या दुष्टाचा सूड तिनेच घेतला होता. त्यासाठी आपली सारी शक्ती, सारी इच्छा, सारे कष्ट तिने नवऱ्याला दिले होते आणि त्याचे चीज होऊन तिने जिंकले होते. हा असामान्य विजय तिने केवढ्या निग्रहाने, केवढ्या जिद्दीने, केवढ्या कष्टाने मिळविला होता; त्याला तोड नव्हती!

नवऱ्याचे तांबडे अंग अंगावरच्या लुगड्याने पुशीत डोळे भरून ती म्हणाली, ''तुम्ही शब्द राखलात. माझ्या दावेदाराला धूळ चारलीत. माझ्यासाठी इतकं केलंत, त्याची उतराई कशी हो होऊ?''

माझा बाप बोलला, ''गुणा, तू होतीस म्हणून इतकं झालं. तुझी जिद्द माझ्यासारख्या दहा गड्यांना धूळ चारील!''

पुढे माझ्या बापाला गावोगावाहून बोलावणी येऊ लागली. नामांकित पहिलवान म्हणून त्याचा डंका दुनियेत झाला. होतकरू पोरे त्याच्याकडे शिकू लागली. तयार झाली आणि त्यांनीही आपल्या वस्तादाचे नाव चारी मुलखात केले.

या नादात उमेदीची वर्षे झपाट्याने गेली आणि माझा बाप एका कुस्तीत मनगट दुखवून अधू झाला, तेव्हा त्याने तांबड्या मातीची रजा घेतली. लग्न

झाल्यापासून पाच वर्षे घेतलेले, पाळलेले कठीण व्रत संपले आणि चार माणसांसारखा तो घरप्रपंच बघू लागला.

इतके झाले, पण माझी गुणा आई तशीच राहिली. जे लहानपणी होते, तेच थोरपणी राहिले. शरीर वाढले, तरी ती लहान पोरच राहिली. एखाद्या जन्मांधाला केव्हाच नजर लाभत नाही आणि प्रकाश, रंग, आकार कळत नाही. एखाद्या बहिऱ्याला आवाज म्हणजे काय, हे कधीच उमगत नाही. एखाद्या अभाग्याला सुगंध आणि दुर्गंध काहीच जाणवत नाही. तसेच तिचे झाले. खऱ्या अर्थाने नवरा म्हणजे काय, हे तिला कळलेच नाही.

आणि हे ध्यानी येताच माझा बाप विस्मयचकित झाला. नावे ठेवायला कुठेसुद्धा जागा नसलेली ही आपली बायको आपल्याशी इतकी चांगली वागते आहे की, तिचे हे आंधळेपण खरे-खोटे पाहण्यासाठी पुन:पुन्हा परीक्षा घ्यावी, याची त्याला शरम वाटू लागली आणि त्याने ते सोडून दिले. पण असे कसे चालणार? आजपर्यंत त्याने पहिलवानकी केली होती, त्यामुळे प्रपंचाकडे दुर्लक्ष झाले होते; पण आता सगळे करणे गरजेचे होते. वंशाला कुणी दिवा पाहिजे होता. 'मुलाबाळांनी घर भरले, तरच तो संसार; एरवी मशीद! पण हे कसे घडावे? यावर काय इलाज करावा? देवाची तरी काय करणी म्हणावी? ही न भिजणारी, न पिकणारी विलक्षण जमीन त्याने काय म्हणून निर्माण केली असेल आणि आपल्या वाट्याला घातली असेल?' अशा विचाराने माझा बाप फार कष्टी झाला. एखादी वांझोटी गाय पदरात पडल्यावर कुणबी व्हावा, तसा नाराज झाला आणि प्रपंचात त्याचे मन लागेना. तो कुणाशी नीट बोलेना, नीट वागेना. आपल्या सुलक्षणी बायकोशी प्रतारणा करून दुसऱ्या बाईशी संबंध ठेवण्यासही त्याचे मन धजेना. राजरोसपणे दुसरी बायको करणेही त्याला प्रशस्त वाटेना. कारण त्याने रंभाजीला शब्द दिला होता.

मग संसारातला गोडवा जाऊ लागला. माझा बाप घरात जास्ती वेळ ठरेनासा झाला. आपले हे दुखणे तो कुणापाशी बोलला नाही की तसे त्याने वागूनही ते उघड केले नाही; पण किती निग्रह केला, तरी त्याला ते लपविता आले नाही. त्याचे फटकून वागणे माझ्या आईच्या ध्यानात आले आणि तो असे का वागतो, हे लक्षात येताच तिला फार फार वाईट वाटले. तिने विचार कर-कर केला आणि मग गावातली एक देखणी, लग्नाला आलेली नवरी बघून तिने आपल्या नवऱ्यासाठी तिला मागणी घातली. तिच्या आई-बापांचे पाय धरून ती म्हणाली, "शरीरानं त्यांच्याशी लगीन केलं, पण आजपर्यंत भाऊ-बहिणीसारखे वागले आहे. नवरा-बायको हे नातं नावापुरतं आहे. तुम्ही तुमची लेक द्या आणि माझ्या नवऱ्याचा वेलविस्तार वाढवा. मी तिला सवतीसारखी वागविणार नाही;

बहिणीसारखी वागवीन. वाटल्यास देवापुढचे तांदूळ उचलते.''

हे तिचे विलक्षण बोलणे कुणाला खरे वाटले नाही, तेव्हा तिने डोळ्यांतून पाणी काढून लाख शपथा वाहिल्या आणि ही विलक्षण हकिगत खरी मानून ती माणसे विस्मयचकित झाली. ही बाई खरोखरीच चांगली आहे, ती आपल्या पोरीला नीट वागवील, याची खात्री त्यांना पटली आणि मग माझ्या गुणा आईने आपल्या हाताने आपल्या नवऱ्याचे लग्न लावून दिले.

ही हकिगत कळताच म्हातारा रंभाजी आरडाओरडा करीत आला आणि आपला शब्द मोडल्याबद्दल त्याने माझ्या बापाला दोष दिला. पोरीच्या उरावर सवत आणली, म्हणून तो आपल्या जावयावर रागाने धावून गेला. तेव्हा माझी गुणा आई मध्ये पडली आणि बापाला म्हणाली, ''बाबा, त्यांची चूक नाही. मी माझ्या हातानं लगीन लावलं आहे. ते जर लावलं नसतं, तर माझा संसार सुखाचा झाला नसता. हे मी आपण होऊन केलं आहे!''

पोरीचे हे शब्द ऐकून रंभाजी ओरडला, ''पोरी, आपल्या हातानं तू ही संसारात माती का कालवलीस? आता या घरात तुला पटकुरासारखं राहावं लागेल.''

''नाही लागणार. माझा नवरा भला माणूस आहे आणि जरी लागलं, तरी मी राहीन!''

''मी तुला राहू देणार नाही. अशी बटीक म्हणून राहण्यापरीस तू माझ्या घरी चल. मला तू भारी नाहीस.''

''ते कालत्रयी घडणार नाही बाबा. तुम्हीच म्हणाला होतात ना, तू नीट नांद, गावाचं नाव खराब करू नकोस.''

''होय पोरी, होय. मीच म्हणालो होतो. तुझ्या मनात नसताना मीच तुझं लगीन लावून दिलं. आता कुणाला दोष देऊ?''

आणि आपल्या पोरीचा संसार उधळला जाणार, या कल्पनेने रंभाजीने डोळे गाळले. आपण होऊन ही लेक दुसऱ्याला दिली, तिच्यातला कमीपणा पुढे तिचा घात करील, हे त्या वेळी आपल्या ध्यानात आले नाही, म्हणून त्याने स्वत:ला फार बोल लावून घेतला.

गुणा आईने नाना परीने त्याची समजूत घातली. मी खरोखरीच आनंदात राहीन, असे पुन:पुन्हा सांगितले, तरी त्याला ते खरे वाटले नाही. तो म्हातारा माणूस फार खचला. त्याने फार लावून घेतले आणि खाली मान घालून तो आपल्या गावी निघून गेला.

एखाद्या पोक्त बहिणीने आपल्या भावाच्या बायकोचे करावेत, तसे गुणा आईने माझ्या खऱ्या आईचे लाड केले. तिची हौसमौज केली. आपल्या सवतीला

इतके करणारी ही खरोखरीच कोणी अलौकिक बाई आहे, असे गावकऱ्यांना आणि माझ्या आई-बापांनाही पटले. आता ते गुणा आईला फार मान देऊ लागले. तिला भिऊ लागले. काही महत्त्वाच्या गोष्टी तिच्या सल्ल्याशिवाय होईनाशा झाल्या आणि मग माझी आई माझ्या वेळेने पोटुशी राहिली. माझ्या बापाला फार आनंद झाला. तळहातातले फूल सांभाळावे तसे गुणा आईने आपल्या सवतीला सांभाळले. तिची उसाभर केली आणि मग माझा जन्म झाला.

जेव्हा मला बघितले, माझ्या आईला मला पाजताना पाहिले, तेव्हा गुणा आईला कसनुसे वाटले. कधी नाही ते आपल्या हातून घडावे, असे वाटले. ते तिच्यात कधी नव्हते, ते एकाएकी उफाळून आले. मला न्हाऊ घालताना, माखताना माझ्या कोवळ्या अंगाचा गरम स्पर्श होताच तिचे स्त्रीत्व झडझडून उठले आणि त्या नव्या अनुभूतीने माझी गुणा आई फार बेचैन झाली; पण आता फार उशीर झाला होता. फार काळ लोटला होता. भावासारखे वागलेल्या नवऱ्याशी बायको म्हणून लगट करणे कठीण होते. लज्जास्पद होते. शरमेचे होते. तसे वागल्याने गुणा आईचे आजवरचे तेज लोपल्यासारखे होणार होते. माझ्या आईच्या संसारात माती कालविल्यासारखे होणार होते आणि हे करणे गुणा आईच्या स्वभावाच्या अगदी विरुद्ध होते. प्राण गेला तरी ती ही गोष्ट करणार नव्हती.

आणि आता तिला जगणे शक्य नव्हते. तिच्या शरीराची, मनाची इतकी ओढाताण चालली होती की, जगणे अशक्य होते. कणाकणाने मरण्यासारखे होते. ते माझ्या गुणा आईने लगेच ओळखले.

एके दिवशी माझे वारंवार मुके घेऊन, मला वारंवार पोटाशी धरून, माझ्या बापाला गोडधोड करून घालून आणि माझ्या आईची वेणीफणी करून ती आमच्या रानातल्या झोपडीत गेली अन् पडून राहिली.

त्यानंतर ती आठ दिवस होती. माझ्या आईला गावातल्या सगळ्या चांगल्या माणसांनी वाचविण्याचा प्रयत्न केला; पण ती जगली नाही. आठ दिवस काही न खाता, न पिता, न बोलता, न फिरता ती रानातल्या झोपडीत पडून राहिली. विहिरीत पडून किंवा अन्य मार्गाने मरून तिने माझ्या बापाला आणि गावाला धोक्यात आणले नाही. सांगून-सवरून ती शांतपणे रानातल्या झोपडीत राहिली आणि मरून गेली.

■

६.

नामा सुढाळाचे सुख-दुःख

आपल्या कालवडीला खोंड दाखवून नामा सुढाळ परत घराकडे आला, तेव्हा त्याला बरे वाटले. ही तीथ त्याने नीट ध्यानात ठेवली. आजपासून नऊ महिन्यांनी ही गायत्री फळ देणार होती आणि नामाला बरे दिवस दिसणार होते. कुणबिकीच्या कामात एकांडा माणूस निरुपयोगी असतो. माणूसबळ हवे. जनावर तर हवेच हवे. ढोराचे कष्ट आणि माणसाचा घाम मिळाल्याशिवाय काळी आई पावत नाही. नामा सुढाळापाशी या दोन्हींपैकी एकही नव्हते. तो एकांडाच होता. घरी तरणीताठी बायको होती; पण बाईमाणूस कुणबिकीचे काम उचलून-उचलून किती उचलणार? नांगरट-पेरणीसारखी खडतर कामे कशी पेलणार? आणि स्वत:ची गुरेढोरे नसल्यामुळे तर नामाला हातपाय असून नसल्यासारखे होते. भाड्याने मशागत करून घेण्याजोगी ऐपत त्याच्यापाशी नव्हती. पदरात असलेली चार-सहा एकर जमीन केवळ नाइलाजाने दुसऱ्याला खंडाने लावून येईल त्या पशाकुडत्यावर संतुष्ट राहणे त्याला भाग होते. रोजगाराने दुसऱ्याच्या रानात राबणे आवश्यक होते आणि ही गोष्ट त्याच्या जिवाला भारी लागून राहिली होती. आपण दोन्ही अंगांनी लंगडे आहोत, ही जाणीव त्याला फार जाचत होती. लग्न होऊन चार-पाच साले झाली होती, तरी बरोबरीने कष्ट करू लागण्यासाठी एखादा पोरगा त्याच्या पोटी आला नव्हता. सकस असूनही त्याच्या जमिनीत अजून पेरलेले उगवत नव्हते. सुढाळीण गर्भार राहत नव्हती. ज्याच्या घरी अन्न नाही, अशांना पोरांची लेंढारे होत होती आणि बिचाऱ्या नाम्याच्या बायकोचा आज पाच साले झाली तरी विटाळ चुकत नव्हता. देवाची तरी ही काय रीत म्हणावी? बाकी त्याला तरी काय दोष द्यावा? त्याचा दिवा जो सूर्यनारायण, तो इतरांप्रमाणे नामालाही उजेड देत होता. त्याच्या कृपेचा प्रवाह अशी नदी इतरांप्रमाणे नामालाही निर्मळ पाणी देत होती. त्याची कृपा सर्वांवर होती, तशी या कुणब्यावरही

होती. हां, पोटी फळ देण्याच्या बाबतीत मात्र त्याने हात आखडता घेतला होता, डोळेझाक केली होती, हे खरे; पण ती सुकृताला मिळणारी देणगी आहे. कुणास ठावे, या जन्मी नसली, तरी पूर्वजन्मी त्याच्या हातून काही पापे घडली असतील आणि त्याच्या भरतीत पोटी येणारी फळे खर्ची पडली असतील. कदाचित ही शिक्षा थोड्या दिवसांसाठीही असली असती. जन्मभर मूल होणारच नाही, असे तरी कसे म्हणावे? जे असेल, ते असो; पण आज कालवड फळली होती, हे तरी उत्तम झाले होते. 'कष्टाचा पै-पैसा खर्चून ही धेनू घेतली; ती तरी पांग फेडील. खोंड झाला, तर दोन-तीन वर्षांत कामाला येईल. कुणाचा पेरा करून का होईना, पण आपले रान आपल्याला पिकविता येईल. नाही झाला खोंड; कालवड झाली, तरीही घरात दूधदुभते होईल. विकूनटिकून आलेल्या पैशाचा दाम देऊन नांगरपेरणी करून घेता येईल. आज ना उद्या ही गायत्री पांग फेडल्याशिवाय राहणार नाही.' असा विचार मनात येऊन नामा सुढाळाला बरे वाटले आणि घरापुढच्या छपरात कालवड बांधून तो आपल्या बायकोला म्हणाला, "आजच्या दिवस हिला चारा देऊ नकोस."

तेव्हा ती बाई त्यातील मर्म उमगली. खाण्यापिण्याचा मारा करताच ही कालवड वर्षभरात झपाट्याने भरली होती आणि गेले दोन दिवस वेड्यासारखी करीत होती. चारापाण्याला तोंड न लावता सारखी हंबरत होती. मस्ती करीत होती. ती आज तृप्त झाली होती. आज ती जे घेऊन आली होती, ते टिकायला हवे होते. उपाशी पोटी बसून तिने ते नीट सांभाळायला पाहिजे होते. 'आता हिरवे-कोवळे खाईल, तर शक्ती बळावेल आणि जे सांभाळायचे, जतन करून वाढू द्यायचे, ते जिरवून नाहीसे करून टाकील.' हे सुढाळाच्या बायकोला पक्के माहीत होते. भराभरा बाहेर येऊन तिने त्या भाग्यवान पोरीला न्याहाळले.

खाली मान घालून ती निश्चल उभी होती. अंग आखडून भेदरल्यासारखी उभी होती. मालकीण येताच कान हलवून तिने तिच्याकडे बघितले. त्या नजरेत व्याकूळता होती. भीती होती. मघाच अनुभवलेल्या त्या नव्या सुखाने शरीर तृप्त झाले असले, तरी ती सैरभैर झाली होती. झालेल्या त्या दैनेने अजून बुजत होती.

सुढाळाच्या बायकोला काही बरे वाटले नाही. कधी नव्हे ती त्या मुक्या जनावराएकी इसाळाची भावना तिच्या मनाला चाटून गेली. पण असे का झाले होते, हे मात्र तिला जाणवले नाही. खोंड दाखवून आणलेल्या कालवडीला बघून आपल्याला काही बरे वाटले नाही, एवढे मात्र तिला कळले आणि हलक्या आवाजात तिने घरधन्याला विचारले, "फार जखडावी लागली का?"

चार-दोन मैलांची पायपीट करून आलेला नामा पानाची चंची काढून बसला होता. तो निर्विकारपणे बोलला, "नाही, एक-दोन वेळा बसली मटामट.

तिसऱ्या खेपेला राहिली गप उभी.''

हे ऐकून पुन्हा एकवार सुढाळणीने कालवडीकडे बघितले. खाली मान घालून ती काहीतरी सोशीत होती. निग्रहाने सोशीत होती.

नामा म्हणाला, ''आता नीट सांभाळली पाहिजे तिला. खोंड मोठं देखणं होतं. त्याच रूपावर वासरू पडलं, तर बहार होईल. सगळा शीण फिटेल. माझी फार आशा आहे या कालवडीवर. आपलं घर भरभराटीला आणणार आहे ही!''

''होय की! घरची दोन बैलं झाली म्हणजे मग अन्नाची काळजी नाही. आपलं 'तुकडं' पुरेसं पिकेल!''

''होतील. ही अवलाद चांगली आहे. हिच्या आईच्या लागोपाठ चार सालं खोंड झाले आहेत. गणू-गोविंदापाशी जी चार बैलं आहेत, ती हिच्या आजीचीच म्हणतात.''

''होय? उघडू दे; एकवार हिच्याकडून का होईना, पण आमचं नशीब उघडू दे!''

मग नामा आपल्या उद्योगाला लागला. नव्या जोमाने कष्ट करू लागला. कारण त्याची कालवड फळली होती. नऊ महिन्यांनी ती त्याला खोंड देणार होती आणि त्यामुळे एकांडा नामा बळावणार होता. गावातल्या महार-व्हरलांनीसुद्धा चांगल्या गाई जोपल्या होत्या. वर्षा-दोन वर्षाला ते वासरू विकून मिळकत पाडीत होते. मग नामा तर हाडाचा कुणबी होता. गर्भार गाईची, लहान वासराची वज कशी ठेवावी, हे त्याला उत्तम कळत होते. औताला नीट चालण्याजोगा बैल कसा तयार करावा याची माहिती त्या कुणब्याला चांगली होती. एकांडा असल्यामुळे त्याची नड मुलुखभर होती आणि त्या आचेने तो आपल्या गाईकडे बघत होता. घरात आठ-दहा जित्राबे असली म्हणजे मग सर्वांकडे इतके लक्ष देता येत नाही. गाई रानावनात हिंडतात. बैलांनी खाऊन उरलेली चिपाडे चघळतात. माजाला येतात. रानामध्ये चोरून फळतात. दिवस भरताच वितात. वासरूही कसेतरी वाढते. बाजारात साधारण किमतीला विकले जाते; नाहीपेक्षा कोवळ्या वयातच औताला जुंपले जाते. अशा धबडग्यात जनावराची अपूर्वाई नसते; ती नामा सुढाळापाशी होती आणि म्हणूनच आपल्या गाभण्या गाईला तो जिवापाड जपत होता. वेळच्या वेळी चारापाणी देत होता. शेणघाण करीत होता. शक्य नव्हते तरी भरडा, ओला मका घालीत होता आणि देवाच्या दयेने गाईच्या पोटाचा गर्भ वाढत होता, गव्हा-गव्हाने वाढत होता.

असे चालले असताना सुढाळीण मात्र मनातून कष्टी होती. 'या काल आलेल्या

जनावराएकीसुद्धा देवाने कृपा दाखविली, तिला गर्भ राहिला; आणि मीच काय असं पाप केलं आहे? मला का म्हणून मूल नाही?' म्हणून मनात झुरत होती. पोर होण्यापायी वांझोट्या बायका काही अघोरी उपाय करतात. शेजारणी-पाजारणीकडून ते तिला माहीत झाले होते, पण ते करणे तिच्या हातून अद्याप झाले नव्हते. तिला धाडसच होत नव्हते. आणि दुसरे असे की, फार दिवस न लोटल्यामुळे तिला अजून आशा होती. अजून काही वांझोटी या सदरात ती जमा झाली नव्हती. अजून काळ होता. आशेला वाव होता. म्हणूनच आचरट, अघोरी उपायांकडे तिचा कल होत नव्हता. देवाला मात्र ती अहोरात्र मनोमनी हीच मागणी करीत होती.

'देवा, आता हे एकूटपण पुरे. या घरात आम्ही दोघांनीच मिणमिणत वावरावं, हे बस्स झालं. धनी रानमाळात कामाला गेले की, मला फार एकटं-एकटं वाटतं. माझं मन पोरापायी फार तरफडतं आहे. आता माझी कूस लवकर भरू दे. मला मूल होऊ दे. त्याला मी न्हाऊ-माखू घालीन. त्याच्या गाला-कपाळाला तीट लावीन. फुलाचं सुरकं घालून ते माझं बाळ मी सटवाईला नेऊन आणीन. देवा, मी जास्ती हाव करीत नाही; पण एक तरी फळ दे रे, एकच दे. माझी छाती कशी भरघोस आहे. तू केवढंही मोठं बाळ दिलंस, तरी ते एक बाजू पिऊनच शांत होईल. त्याला ते पुरून उरेल. काही जणींना मुलं होतात आणि त्यांच्यापाशी हे अमृतच नसतं. बिचारी पोरं भुकेनं कलकलतात आणि चिरगुटासारखी ती स्तनं ओढीत राहतात. त्या बाळांची भूक भागत नाही. त्यांचे श्राप या आयांना लागतात, पण माझं तसं नाही. माझं बाळ नीट पोसण्याइतकी ताकद माझ्यापाशी आहे. असं असून तू मलाच तेवढं का वगळलं आहेस? कदाचित तू माझ्यावर उशिरा कृपा करणार असशील; पण देवा, ते बाळ कळतं-सवरतं होईपर्यंतच जर आम्हाला तुझं बोलावणं येणार असेल, तर त्याचा काय रे उपयोग? काही नाही. म्हणून म्हणते, जे द्यायचं, ते थोडं अगोदर दे. माझ्या धन्याचे पाय चालत आहेत, तोवरच माझा मुलगा तगडा, जवान होऊ दे. म्हणजे बापानं मोट धरली, तर लेक दारं मोडण्याचं काम करील. नांगरट-पेरणीसारखी अवघड काम पोरानं उरकली, तर कुळवाची पाळी घालण्यापुरते नेट बाप धरील. पोर मळणी करील आणि मग रास मोजून पोती बांधण्यासाठी बापाचे हात पुढे होतील. देवा, मला पोर दे आणि ते लवकर दे.'

दारातली कालवड पोटातल्या गर्भाने जसजशी फुलू लागली, कपाशीच्या बोंडासारखी उमलू लागली; तसतसे सुढाळणीचे हे मागणे देवाच्या कानावर फार वेळ येऊ लागले. आई होण्यासाठी आसुसलेली ती बाई गावाबाहेरच्या ईश्वर-पार्वतीच्या देवळात फार वेळ धरणे धरून बसू लागली. कुणाशी फारसे न बोलता ती सारखी त्या एकाच गोष्टीचे चिंतन करू लागली.

तिच्या वृत्तीतला हा फरक चाणाक्ष नामाने जाणला. तिचे दुखणे मूल नाही म्हणून होते, हे त्याने तेव्हाच ताडले होते; पण ते अली-अलीकडेच एवढे विकोपाला का गेले होते, याचा उमज मात्र त्याला पडेना. नेट धरून तसे विचारणेही त्याला जमेना. कारण तसे विचारणे म्हणजे तुंबलेला बांध फोडण्यासारखे होते, पण सुढाळणीलाही हे दुखणे उघडे केल्यावाचून राहवले नाही.

रात्री अंथरुणावर पडल्यावर काळोखात ती नामाच्या कुशीत शिरली आणि व्याकूळ होऊन बोलली, "मालक, त्या जनावरएकीसुद्धा देवानं दया दाखविली, तिला गर्भ राहिला... आणि मीच काय हो पाप केलं आहे?"

आणि मग नामाला समजले. त्याने बायकोची समजूत काढली, "अगं, माणसानं फार उतावळं असू नये. शनिवारी जमीन पेरावी, रविवारी उगवून यावं आणि सोमवारी रास मोजावी असं कसं घडेल? वेळच्या वेळी पाऊसकाळ होतो, सगळी नक्षत्रं पडतात, असं थोडंच आहे? आपण वाट बघावी. वेळी नाही, तरीपण थोड्या-फार फरकानं जे घडायचं ते घडतंच. त्यात वाईट वाटून घेण्याजोगं आहे काय?"

नामा आणखीही पुष्कळ बोलला. त्या काळोख्या रात्री उबदार घरात झोपेने जड झालेल्या आवाजात नामाने आपल्या बायकोला पुष्कळ समजुतीच्या गोष्टी सांगितल्या. ते हलके बोलणे रात्रीच्या शांत वेळी सुढाळणीने नीट ऐकले आणि त्या वेळेपुरते का होईना, पण ते तिला पटले. तिच्या दुखऱ्या मनाला मारणारा ठसका थांबला. माणूस स्वत:पेक्षा दुसऱ्याची समजूत फार चांगल्या रीतीने घालू शकतो.

मग हळूहळू दिवस जाऊ लागले. काळाच्या गाड्याची चाके फिरत राहिली. शेतकऱ्यांनी आपल्या जमिनी जिवापाड मेहनत घेऊन कसल्या. गुराढोरांचे आणि स्वत:चे रक्त आटवून नांगर हाकले. जमिनी मऊ, भुसभुशीत केल्या. मेघराजाची कृपा झाली. तापल्या भूमीवर त्याने पाण्याच्या थंडगार धार सोडल्या. त्या पिऊन जमिनी तृप्त झाल्या. मग टिपणी धरून मालकांनी बियाणे सोडले. एक रेषेत, खोल असा पेरा केला. ओलसर मातीने तो नीट पोटात घेतल्यावर ते मोठ्या उत्कंठेने कोंब फुटण्याची वाट बघू लागले.

आणि एके दिवशी सकाळी उठल्या-उठल्याच सुढाळणीला मळमळू लागले. कसनुसे होऊ लागले. ते ध्यानी येताच शेजीबाई खुदूखुदु हसली आणि तिच्या हनुवटीला हात लावून म्हणाली, "बाई, तुला हे हसू फुटण्याचं दुखणं आलं!"

आणि सुढाळणीला अस्मान ठेंगणे झाले. लाजत-मुरकत ही गोष्ट तिने आपल्या धन्याला सांगितली. नामा सुढाळाला धन्य-धन्य वाटले. कारभारणीला तो बोलला,

"अगं, देवाची कृपा होऊ लागली की, तो अनेक हातांनी आपल्या देणग्यांचा वर्षाव करतो. पाऊस पाडतो. त्याची थोरवी कुठवर वर्णावी?"

आणि खरंच त्या वर्षावाखाली नामा गुदमरून गेला. एकीकडे गाईचे पोट हळूहळू वाढत होते. कासेचा झोळ सुटू लागला होता. दोन जीव पोसायचे असल्यामुळे तिचे खाणे सकस, भरपूर झाले होते. रानोमाळ जाऊन हिरवेगार गवत पोत्याने कापून तिच्यापुढे घालावे लागत होते आणि दुसरीकडे बायकोची अन्नावरची वासना नाहीशी झाली होती. बळेबळेच चतकोरभर भाकरी खाल्ली तरी उलटून पडत होती. घरधन्याने चिलीम ओढलेली तिला खपेनाशी झाली होती. नेहमी परिचित असलेला गाईच्या शेणमुताचा वास तिचे डोके उठवीत होता. दाताला लावण्यासाठी केलेली तंबाखूची मिस्त्री तिने दूर उकिराड्यावर फेकून दिली होती. गर्भारपणामुळे ती पहिलटकरीण अगदी हैराण झाली होती. नवरा आपल्यापाशी चोवीस तास असावा, असा वेडा हट्ट तिने धरला होता आणि दोन गर्भारशी बायांची मर्जी राखता-राखता, त्यांच्या खस्ता खाता-खाता नामा सुढाळ अगदी मेटाकुटीला आला होता. गावातून चालतानासुद्धा तो घाईघाईने चाले. वाघ मागे लागल्यासारखा पळे. मग एखादा कुणबी हसून म्हणे, "अरे, थांब थोडका. उभा राहून बोल."

नामाचा उल्हसित चेहरा पडे. थांबून तो उत्तर देई, "जायचं आहे रानात. गाईला गवत आणलं पाहिजे."

मग दुसरा चावटपणे हसे. तंबाखूच्या पिशवीत चिमूट जरा सरकावीत म्हणे, "गाईला गवत आणायचं आहे का बायकोला वाळूक खावंसं वाटतं, ते आणायचं आहे?"

"छे, छे!"

"खोटं बोलतोस. अरे, काय ही अपूर्वाई बायको गर्भार राहिली म्हणून! काय मोठा फड मारलास त्यात? आम्ही वर्षातून दोन वेळा म्हटलं तरीही करून दाखवू."

त्यावर बापडा सुढाळ शरमिंदा होत असे.

काळ्या रानातून पोपटी कोंब उभे राहिले. ऊन खाऊ लागले. हलकेच त्यांच्या अंगाशी लपलेली पाने सुटी झाली. वाऱ्याच्या झुळकीबरोबर पाती हलू लागली. कोंब झपाट्याने वाढू लागले. सारे शिवार हिरवेगार दिसू लागले. बघता-बघता काल पेरलेल्या बियांची दोन-दोन विती रोपे डुलू लागली. शेतकरी म्हणू लागले, "एक भीजपाऊस पाहिजे. शिवारातून एकवार पाणी खेळलं पाहिजे. मग

हे पीक त्यावर गुडघ्या-मांड्याला येईल.''

आणि आशाळभूतपणे ते आभाळाकडे बघू लागले.

मग एके दिवशी दुपारी ऊन तावताव तावले. माणसांच्या अंगाची काहिली झाली. टवटवीत कोंब या सणाक्याने कोमेजले. तिसऱ्या प्रहराच्या सुमारास पांढऱ्या स्वच्छ आभाळात राखी रंगाचा एक ढग कुठूनसा आला आणि बघता-बघता आभाळ झाकोळून आले. झोंबरा वारा सुटला. गर्द काळ्या-निळ्या ढगांवर वीज चमकारे मारू लागली आणि पाऊस कोसळू लागला. झाडेझुडपे आणि रानातली कोवळी ताटे खाली माना घालून तो मारा सोशीत राहिली.

दमादमाने, पण हा पाऊस सारखा दोन-तीन दिवस पडत राहिला. नदी-नाले वाहू लागले. विहिरी तुडुंब भरून तोंडाशी आल्या. लोक काळजीने म्हणू लागले, ''हा असाच धिंगाणा चालत राहिला, तर कोंब पिवळे पडतील, पीक अपकारेल!''

पण त्याने तसा धिंगाणा घातला नाही. तिसऱ्या दिवशी उघडीप झाली. स्वच्छ ऊन पडले. चिखल सुकू लागला. झाल्या पावसाने नेट धरून पिके चांगली तरारली. गुराढोरांना चारा भरपूर झाला. लोक समाधानाने म्हणू लागले, ''यंदा पाऊसकाळ फार चांगला झाला. यंदा देवाने आपल्या गावावर चांगलं लक्ष दिलं.''

नामा सुढाळाला चोहीकडून आनंद झाला. यंदा पाऊसकाळ उत्तम झाला होता. धनधान्याची समृद्धी होती. त्याची गाय गाभणी होती आणि तिचे दूध पिण्यासाठी लहान पोरही घरात लवकरच येणार होते. या सगळ्याच गोष्टी नीट जमून आल्या होत्या. 'आपले हे केवढे भाग्य की, या तिन्ही गोष्टी मेळाने एकत्र आल्या! देवा, तुझे ध्यान या गरीब कुणब्याकडे खरोखरीच आहे.'

नामा सुढाळाने सुखाच्या शिखराची शेवटची पायरी पायाखाली घातली; पण त्याला कळले नव्हते की, कदाचित त्याला अजून गडगडावे लागेल. थेट तळ गाठावा लागेल!

जोंधळ्याचे पीक निघाले होते. रानारानातून खळी होत होती. सुगीची धमाल उठली होती. सर्व जण आनंदात, जोमात होते. सर्वत्र समृद्धी झाली होती आणि एकाएकी नामा सुढाळाची गाभणी गाय अंगाने वाळत चालली होती. असे कशाने होत होते, हे नामाला उमगत नव्हते. तो पुन:पुन्हा स्वत:शी आठवत होता, 'आपण या धेनूला भरपूर चारा घालण्यात कधी कुचराई केली आहे का? हिला पाणी दाखविण्याचे राहून जाते का?' पण तसे काही घडले नव्हते. जशी घ्यावी तशी तो आपल्या गाभण्या गाईची काळजी आज पाच-सहा महिने घेत

आला होता. मग गाय एकाएकी खराब का होऊ लागली होती? गर्भारपणाने पांढरेफेक झालेले तिचे अंग अलीकडे पुन्हा मळकट का दिसू लागले होते? नामा सुढाळ चिंतामग्न झाला होता. गाईमध्ये होणारा फरक रोज न्याहाळू लागला होता.

आणि असे होता-होता एके दिवशी कालवडीच्या अंगावरील गाभणपणाच्या साऱ्या खुणा नाहीशा झाल्या. पुन्हा ती पहिल्यासारखी वाळकी, आटोपशीर दिसू लागली. कासेचा सुटलेला झोळ आखळून पूर्ववत झाला. पोटात वासरू फिरेना. ही गाय गाभण आहे, असे कोणीच म्हणेना. इतके झाल्यावर नामा सुढाळाची अवस्था अगदी कीव करण्याजोगी झाली. त्याच्या तोंडावरचे तेज झपाट्याने मावळले. दैवाने दिलेल्या या एकाएकी फटक्याने तो पार खचला, खाली आला. वेड्यासारखा रोज उठून कालवड पुन्हा फुलते का, पुन्हा तिच्या कासेचा झोळ सुटतो का, हे बघू लागला; पण झाली गोष्ट पक्की झाली होती. गाईचा गर्भ आतल्या आत जिरला होता. नाहीसा झाला होता. साऱ्या गावात हा चर्चेचा विषय झाला होता. लोक आश्चर्यचकित झाले. कुणी नामाला म्हणाले, ''नामा, तुझ्या वाइटावर कोणी आहे का?''

''नाही. मी कुणाचं वाईट केलं आहे, म्हणून असेल?''

''मग लेका, गाईचा गर्भ जिरला कसा? आजपर्यंत गावात अशी गोष्ट कधी घडली नाही आणि आजच कशी घडली? मी तर म्हणतो, तुझ्या वाइटावर असलेल्या शत्रूनं तुला देव घातला. त्यानं तुझ्या गाईचा गर्भ जिरवला!''

अशी बोलणी होऊ लागली. कुणी नामाला पटवून दिले की, आता ती गाय निरुपयोगी होती. तिला सांभाळून वैरण वाया घालविण्यात हशील नव्हते. तिला आता गर्भ जिरवण्याची खोड लागणार होती. पुन्हा तिने माज केला असता, फळली असती; पण पुन्हा चार-सहा महिने झाल्यावर तिने आताप्रमाणे गर्भ जिरवून टाकला असता. ''आता ही ब्याद तू विकून टाकावीस, हे उत्तम. बाकी, आता तिला विकत तरी कोण घेणार? हा लोढणा फुकट कुणी घेणार नाही. गड्या, तुझे पैसे पाण्यात गेले!''

ही बातमी गावभर पसरली. लोक येऊन गाय बघून जाऊ लागले, हळहळू लागले. नामा सुढाळाला देवाने फार मोठा फटका दिला, असे बोलू लागले.

आणि मग नामाला एक नवीन भीती वाटू लागली. त्याचे काळीज धाकधूक करू लागले. ही भीती फार जबरदस्त होती. नामाच्या अंगातले बळ पार घालविणारी होती. त्या भीतीपुढे गाय वांझोटी, निरुपयोगी निघाली, हा धसका अगदी चिमूटभर होता. अगदी सामान्य होता.

'या गाईप्रमाणे जर बायकोचेही झाले तर? तिचेही पोट असे जिरले आणि कधी नव्हे तो मिळणारा ठेवा भुताटकी व्हावी तसा नाहीसा झाला तर?

'मग माझी पोर-पोर करणारी बायको त्या दु:खाने वेडी होईल. किंचाळत, आरडत-ओरडत साऱ्या गावभर फिरेल. पोरेठोरे तिला धोंडे मारतील. त्या माऊलीची विटंबना होईल. चार माणसांत तोंड दाखविणे मला मुश्कील होईल. आपले असे झाले, या वेडाने सैरभैर झालेली ती वेडी एखाद्या विहिरीत, आडात पडेल आणि तिचे प्रेत फुगून वर येईल. मला गरिबाला या जगात कोणी-कोणी राहणार नाही. तिच्यासारखी प्रेमळ, देखणी, कष्टाळू बायको मला उभ्या जगात दुसरी मिळणार नाही. ती गेली, तर मी उरणार नाही. माझे घरच बुडेल. माझा वंशच नाहीसा होईल. या गावात सुढाळाची नावनिशाणीही राहणार नाही!

'छे– छे! देवा, असे घडले तर सगळे विस्कटेल. सगळे मातीला मिळेल. काही काही उरणार नाही!' त्या भीतीने गारठलेला नामा बायकोपाशी तसे काही बोलला नाही. ही भीती त्याने आपल्या पोटातच दडपून ठेवली. मात्र रानामाळातून संध्याकाळी परत आला की, प्रथम तो बायकोच्या पोटाकडे पाही. ते पूर्वीपेक्षा खाली बसले नाही ना, गर्भारपणाने भरलेली आपली बायको पुन्हा गाईसारखी वाळत चालली नाही ना, आधीच उभी असलेली आणि आता अधिक पुष्ट झालेली तिची छाती उतरली नाही ना, याची मनोमन खात्री करून घेई आणि मग त्या रात्रीचे जेवण त्याला बरे जाई; पण दुसऱ्या दिवशी पुन्हा तीच चिंता भडकून उठे. कधी एकवार घरी जातो आणि बायकोला बघतो, असे होई. लांब-लांब पावले टाकीत नामा घरी येई आणि पोटातल्या ओझ्याने अवघडून बसलेल्या बायकोला निरखून घेई. आपला नवरा आपल्याकडे असा का बघतो, हे सुढाळणीला कळेनासे होई आणि ती विचारी, ''जेव्हा तेव्हा मला असं घाबऱ्या-घाबऱ्या का निरखता?''

तेव्हा तिला जवळ घेऊन नामा म्हणे, ''काही नाही गं, काही नाही. मला आपलं बघू वाटतं!''

असे होता-होता आठवा महिना संपून गेला. नववा लागला. सुढाळणीला आता बसणे-उठणेही कठीण होऊ लागले. शेजीबाई येऊन अन्न शिजविण्यात, पाणी आणण्यात तिला मदत करू लागली. घरातली जुनीपानी लुगडी फाडून शिवण्याटिपण्याने नीटनेटकी करून बाळोती तयार झाली. गावच्या सुताराने बाज तयार केली. मांग येऊन ती वाखाच्या सुंभाने विणून गेला. सगळी तयारी झाली आणि तरीही नामाची भीती मावळली नाही. 'कुणी सांगावे, अजून काही होईल... अजून माझे नशीब फुटेल. अजून ईश्वर-पार्वती माझ्या डोक्यात धोंडा घालील!'

पण तसे घडले नाही. दुपारच्या वेळी रखख उन्हात खपत असताना शेजीचा कळता पोरगा धावत आला आणि म्हणाला, ''नामूकाका, घरी चला, घरी चलाऽऽ तुम्हाला पोरगा झाला!''

नामाला क्षणभर बोलवेना. या बातमीने तो कावराबावरा झाला.

''अरे गुलामा, खरं म्हणतोस काय?''

''होय– होय, मला आईनं धाडलं आहे. काकू बाळंत झाली. तुम्हाला पोरगा झाला!''

मग त्या पोराला तिथेच सोडून, हातातले काम तसेच टाकून नामाने धोतर सावरले आणि धावत-पळत तो माळावरच्या ईश्वर-पार्वतीच्या देवळात गेला. मूर्तीपुढे लोटांगण घालून भरल्या डोळ्यांनी म्हणाला, ''देवा, मी फुका तुमचा संशय घेतला. उगीच तुम्हावर आग पाखडली. माझ्या गरिबाकडे तुम्ही बघितलंत. आनंदीआनंद केलात!''

■

७. धार

अर्धवट विणलेला असा निळ्या रंगाचा स्वेटर बाजूच्या टी-पॉयवर होता. पायांशेजारी 'टाइम्स' पडला होता. समोरच्या टेबलाजवळ घड्याळ टिकटिकत होतं आणि आळसटल्या मनाने शालिनी आरामखुर्चीत बसून राहिली होती. तिला मुळीच करमत नव्हते. विणण्या-वाचण्यात मन लागत नव्हते. झोप लागत नव्हती आणि स्वस्थ बसूनही राहवत नव्हते. बरे वाटत नव्हते.

फुलदाणीतल्या शिळ्या फुलासारखी ती दिसत होती. आरामखुर्चीच्या नव्या कापडाचा रंग तांबडा होता आणि त्यावर निळे गडद पट्टे होते. गोऱ्यापान शालिनीने पांढरी वायल आणि खणाचा ब्लाऊज घातला होता. स्वच्छ पाय एकावर एक टाकून आणि हाताची घडी छातीवर ठेवून उघड्या दारातून ती समोर बघत होती.

एप्रिल महिन्यातील वाऱ्याच्या गरम झळा आत येत होत्या. शालिनीचा चेहरा सुकला होता, लालेलाल झाला होता आणि तिच्या सरळ नाकावर घामाचे बारीक थेंब जमले होते. दुपारचे अडीच-तीन वाजले होते. समोरचे मोकळे माळ आणि अगदी पलीकडची बोडकी टेकडी उन्हाने भगभगत होती. दारासमोरून आडव्या जाणाऱ्या रस्त्यावरून मघापासून कोणी गेले नव्हते. आसपास कसलाही आवाज होत नव्हता. शेजारीपाजारीसुद्धा गप्प होते. नुकतीच श्री. भिड्यांची बदली झाली होती आणि बऱ्याच खटपटीनंतर ही जागा त्यांना मिळाली होती. डेक्कन जिमखान्यावर अगदी बाजूला असा हा ब्लॉकसुद्धा शालिनीला फार मोठा वाटत होता, कारण घरात तिसरे माणूस नव्हते. शेजाऱ्या-पाजाऱ्यांशी ओळख नव्हती आणि श्री. भिडे सकाळी साडेनऊ वाजता सायकलवर टांग टाकून जे जात, ते संध्याकाळी सहानंतर माघारी येत. मग तरुण शालिनीने घरात काय

करावे? किती विणावे, किती वाचावे आणि किती झोपावे?

लग्नाला दोन वर्षे झाली होती. श्री. भिडे स्वभावाने तसे फार चांगले होते, पण शालिनीला हवे तसे नव्हते. तिला फार बोलायला, फार नाचायला हवे असे. हसावे-खेळावे, इकडे जावे, तिकडे जावे, असे हवे, तसे हवे आणि श्री. भिडे मूळचेच शांत प्रकृतीचे, सभ्य, पोक्त वागणुकीचे. कमी बोलावे, कमी हसावे असे. शालिनीचा पोरकटपणा त्यांना खटके. जेव्हा तेव्हा झकपक कपडे करून फिरायला जाणे, नाटक-सिनेमा बघणे, नर्गिस-राज कपूर या विषयांवर चर्चा करणे, हॉटेलात जेवणे या गोष्टी त्यांना आवडत नव्हत्या आणि शालिनीला त्यांची फार आवड होती. ऑफिसातून येताच नवऱ्याने आपल्या आवडीचा सूट घालावा आणि उत्साहाने आपल्याला फिरायला घेऊन जावे, असे तिला वाटे. रस्त्यातून चालताना एकमेकांचे धक्के एकमेकांना लागावेत, कुठेतरी हिरवळीत बसून एकमेकांनी गोड-गोड बोलावे, 'कॉफी-हाउस'मध्ये जाऊन काही तिखट-मिखट खावे; क्वचित 'जीवन' किंवा 'लकी'मध्ये जेवावे, असे वाटे. आणि बिचारे भिडे दिवसभर दमून घरी येत. बूट-मोज्यांतील उबगलेले पाय उघडे करावेत, टाय सोडावा, लेहंगा आणि सैल सदरा अंगात घालून आरामखुर्चीत पडावे, शांत पडावे अशी त्यांची इच्छा असे. फार बोलणे – अगदी आपल्या तरुण, सुंदर बायकोशीसुद्धा फार बोलणे त्यांना नको असे आणि घरी येताच शालिनीची बडबड सुरू होई, "चहा करू की कॉफी?"

भिड्यांना वाटे, यात काय विचारायचे? रोजचे माहीत आहे की, चहा घेतो. निमूट चहा करावा. तोंडाने नुसते 'हूं' करून ते स्वस्थ बसत, पण मग आत स्वयंपाकघरातून नाचत-नाचत येऊन शालिनी विचारी, "कॉफी केली तर चालेल का? मला कंटाळा आलाय आज चहाचा! अं? चालेल?"

चेहऱ्यावर शांतता आणण्याचा प्रयत्न करीत भिडे म्हणत, "चालेल. कर ना!"

मग ती पटकन त्यांचे चुंबन घेई आणि मिस्किल हसत आत जाई! एखादे फिल्मी गाणे गुणगुणत स्टोव्हला पंप मारी.

चहा झाला रे झाला की, लगेच तिची फिरायला जायची तयारी होई. मग पुन्हा, "अहो, पातळ कुठचं नेसू? अंजिरी चालेल का?"

"नेस ना!"

"आणि ब्लाऊज?"

"घाल कुठलातरी!"

"पण मी घातला की तुम्हाला तो आवडत नाही. पुन्हा वाटेत कुरकुरत बसता!"

"काही नाही मी म्हणत. घाल कुठचा तरी!"

"बरं आणि तुम्ही कपडे करा. झालं माझं!"

बिचारे भिडे! त्यांना जागचे हलणे जिवावर येई; पण ते उठत. शांतपणे कपडे करत. अर्थातच हे सारे करताना त्यांच्या वृत्तीत उल्हास नसे; बिलकूल नसे. शालिनीच्या डोळ्यांतून ते सुटत नसे.

लगेच ती म्हणे, "यायचं नाही का तुम्हाला? होऽ उगीच बळजोरी नको."

"पण कोण म्हणालं तसं?"

"म्हणायला कशाला पाहिजे? चेहऱ्यावर दिसतंय की!"

"काय?"

"रडत-खडत जाणं नको. तुम्ही नका येऊ कसे! मी एकटी जाऊन भाजी घेऊन येते मंडईतनं."

इतके झाले तरी सुस्वभावी भिडे चिडत नसत. हळू आवाजात बायकोची समजूत घालून ते फिरायला बाहेर पडत. त्यांना नको असलेल्या आणि शालिनीला हव्या असलेल्या गोष्टी करीत. मनाविरुद्ध काही घडले, तरी न चिडता, दुसऱ्या माणसाच्या तशा वागणुकीचा सीधा अर्थ लावण्याचा प्रयत्न करण्याची सवय त्यांनी स्वतःला लावून घेतली होती. 'शालिनी थोडीशी अधिक खेळकर आहे, अधिक बोलकी आहे. नवऱ्याशिवाय बोलायला-चालायला तिला दुसरे कोणी नाही. दिवसभर तिला एकटेच राहावे लागते. साहजिकच आपण घरी येताच तिच्या वृत्ती उल्हसून येतात. त्यात तिची चूक नाही. उद्या दोन मुले झाली की, हे आपोआप कमी होईल...' असा विचार करून ते फारसे चिडत नसत. तरीपण त्यांच्या चेहऱ्यावर नाखुशी दिसेच. अलीकडे तर ते घरी येताच कपडे न काढताच तसेच बसत आणि शालिनीची तयारी झाली की, फिरायला बाहेर पडत. कधी येताक्षणीच विचारीत, "बूट काढू का फिरायला जायचं आहे?"

आणि त्यांचे हे असे विचारणे शालिनीला फार लागे. ती फार नाराज होई. श्री. भिड्यांना आपल्याबरोबर फिरायला आवडत नाही, असे वाटून ती अतोनात नाराज होई. 'आपले सगळे वैवाहिक जीवन असुखी आहे. आपले आणि नवऱ्याचे पटत नाही. त्याला आपल्याबद्दल प्रेम नाही. आपल्याला हौसमौज करणारा, हुशार, खेळकर, उत्साही नवरा मिळाला नाही. आपण अभागिनी आहोत आणि आता जन्मभर ही बेडी काढता येणार नाही.' असे विचार मनात येऊन तिला स्वतःची करुणा येई. मग उदास मनाने ती आरामखुर्चीत बसून राही आणि अशा वेळी तिच्या टपोऱ्या डोळ्यांतून पाणी येई.

अलीकडे तिने रोज फिरायला जाण्याचा आपला आग्रह विचारपूर्वक सोडून दिला होता. गेले चार दिवस तिने श्री. भिड्यांना हवी ती स्वस्थता दिली होती आणि तीसुद्धा न चिडता, चेहऱ्यावर एवढीसुद्धा नाराजी न दाखविता. त्यांना आवडत होते, म्हणून ती सभ्य, पोक्तपणे वागत होती आणि तशा वागण्यामुळे श्री. भिडे समाधानी होते, हे तिला कळत होते.

दुपारच्या वेळी शालिनी अशी बसून राहिली होती. एप्रिलमधल्या उन्हाने सारे वातावरण मरगळून गेले होते. चोहीकडे शांतता होती आणि तिचा भंग करणारी एक हाक एकाएकी उठली, ''धाऽऽर... चाकू-कात्रीला धाऽऽर...''

ही हाक शांततेला कापीत गेली. उगीच बसून राहिलेल्या शालिनीचे अंग शहारले. आरोळी मारणाऱ्याचा आवाज चांगला कमावलेला होता. स्पष्ट, खणखणीत, पातळ. 'अशा उन्हाच्या वेळी हा वेडा माणूस कशाला हिंडत असेल? या वेळी कुणी फासावरसुद्धा जायचे नाही! याला काम कोण देणार? कोण उठणार आणि याला चाकू-सुऱ्या कोण देणार?'

पुन्हा अगदी जवळून आवाज आला, ''धाऽऽर चाकू-सुऱ्या-कात्र्यांना धाऽऽर...''

शालिनीचे डोळे रस्त्यावर स्थिरावले आणि पलीकडून तो येण्याची वाट बघू लागले आणि तो आला. पाठीवर धार लावण्याचे यंत्र. अंगात नुसता गंजीफ्रॉक आणि खाली निळ्या रंगाची तोकडी पँट. पायांत जुन्या बाजारातून घेतलेले मिलिटरीचे जाड बूट. पाठीवरच्या ओझ्याखाली दाबून लांबच लांब टांगा टाकीत चालता-चालता त्याने शालिनीच्या उघड्या घराकडे पाहिले आणि थांबून सन्मुख होऊन विचारले, ''काही आहे का माई? चाकू, सुरी, कात्री...?''

शालिनीने मान हलविली, तरी तो तिथेच उभा राहिला. जरा पुढे होऊन कुंपणाच्या खांबाचा एका हाताने आधार घेत उभा राहिला.

शालिनीला वाटले, 'आपण नुसती मान हलविली. त्याला काही कळले नसेल.' म्हणून ती आवाज उंचावून म्हणाली, ''नकोय... नकोय.''

दरम्यान, उघड्या फाटकातून तो आत आला. दारासमोर आला. व्यवस्थितपणे त्याने पाठीवरचे यंत्र उतरून खाली ठेवले आणि डोक्याचे पटकूर काढून त्याने तोंड पुशीत म्हटले, ''हा-हा, काय उनाचा चपाटा लागतोय!''

बाहेर ऊन होतेच. कुंपणाच्या आत आला तरी तो उन्हातच होता. थोडीशीही सावली नव्हती. मग पुन्हा त्याने अदबीने विचारले, ''काही आहे का बाईसाहेब, विळी, सुरी?''

''नाही रे बाबा!''

''बघा, सुरेख करून देतो. तुम्ही आजवर कामं बघितली असतील आणि

माझंही काम बघा.''

इतर फेरीवाल्यांप्रमाणे चिकाटी त्याच्यापाशी होती, पण माणसाला चीड आणणारी नव्हती. त्याच्या बोलण्यातली अदब, त्याच्या चेहऱ्यावरची सभ्यता यामुळे शालिनीवर एक प्रकारचे नैतिक दडपण पडले. 'हा बापडा एवढ्या उन्हाचा एवढे ओझे घेऊन हिंडतो आहे, त्याला दारातून रिकामा कसा पाठवावा?' आवाजात दिलगिरी आणून ती म्हणाली, ''पण नाही नं काही...''

''नसू द्या; पण पुढल्या खेपेला तुमच्याकडचं काम मिळालं पाहिजे माई! हां... कामाचं चीज होण्यासारखं ठिकाण आहे हे!''

वयाने तो चांगला तरुण होता. उंचीने सणसणीत होता. कष्टाकष्टाने त्याच्या हातांचे अन् पिंढऱ्यांचे स्नायू तयार झाले होते आणि लांबट उभा असा त्याचा निमगोरा चेहरा उन्हाचे चटके आणि वाऱ्याचा मार खाऊन करपला होता. खडबडीत झाला होता.

आपल्या पातळ ओठांवरून त्याने जीभ फिरविली. ते चिरगूट पुन्हा डोक्याला गुंडाळले आणि इकडे-तिकडे बघत म्हटले, ''पाण्याचा नळ आहे का माई बंगल्यात?''

''हौद आहे, पण त्यातलं पाणी चांगलं नाही. प्यायला पाहिजे का?''

''हां माई, आसू द्या. चांगलं अन् वाईट! कुणीकडे?''

शालिनीला काय वाटले, कोण जाणे. 'थांब थोडा' असे म्हणून ती आत गेली आणि वाळ्याच्या वासाचे गार पाणी तांब्यातून घेऊन आली. त्याने जवळचे पत्र्याचे डबडे पुढे केले. ते गार पाणी घटाघटा पिताना त्याच्या गळ्याची घाटी हलत होती. त्याच्याकडे बघता-बघता शालिनीला वाटले, 'मी याला काही काम दिले पाहिजे.'

आणि ती आत गेली. बटाटे, कांदे चिरायची सुरी घेऊन बाहेर आली.

''ही बघ, लावून दे.''

एखादी काचेची वस्तू हातात घ्यावी तशी त्याने ती सुरी हातात घेतली. ती उलटी-पालटी करीत म्हटले, ''हां-हां, सुरेख सुरी आहे माई! रांजर्स आहे, बघा वाचून. मला वाचायला येत नसलं, तरी माल हातात घेतल्यावर सांगीन. दहा-बारा रुपयांच्या आत येणार नाही हा माल!''

त्याचे खरे होते. किंमत आणि मेक त्याने बरोबर सांगितला होता. शालिनीला कौतुक वाटले. ते तिच्या चेहऱ्यावर उमटले. चौकटीवर हात ठेवून ती उभी राहिली.

''पण धार लावायला घेणार काय?''

तिच्या चेहऱ्याकडे न बघता तो अदबीने म्हणाला, ''काम बघून वाटेल ते

द्या माई. मी माझं काम चोख करतो आणि दाम वाजवी घेतो.''

''पण वाजवी म्हणजे किती?''

''ते काय तुम्हाला सांगायला पाहिजे? कधी धार लावलीच नसेल काय माई तुम्ही?''

आणि तो स्वत:शीच खुशीने हसला. चाक 'गिर्र गिर्र' फिरू लागले. मान कलती करून फिरत्या सहाणेवर तो सुरीची धार अलगद टेकवू लागला. चर्रचर्र, खर्रझर्र आवाज होऊ लागला आणि ठिणग्या उडू लागल्या. सुरीची धार लखाखू लागली.

शालिनी टक लावून बघत होती. त्याचे उघडे हात जसजसे चालत होते, तसतसे दंडांचे स्नायू फुगत होते, वळत होते. सहाणेवर पोलादाचा होणारा आवाज शालिनीला अंगाचा संकोच करायला, डोळे मिटायला लावीत होता. धारवाला सुरी एकवार या बाजूने आणि एकवार त्या बाजूने अशी सहाणेवर टेकवीत होता. धार झळाळून उठत होती.

मध्येच एकवार त्याने धारेवर बोट फिरवून बघितले. शालिनीच्या काळजात धस्स झाले, पण त्याच्या बोटातून रक्ताची धार लागली नाही.

फिरत्या सहाणेवर पुन्हा सुरी धरीत तो म्हणाला, ''धारेपुरतीच झीज झाली पाहिजे. सहाणेचा घसारा दिसला नाही पाहिजे. हां, त्यात तर सगळं कसब आहे. आणि धार मोडली नाही पाहिजे; काय? तुमच्यासारख्या थोरामोठ्या घरी कामं करायची, तर हातात कसब अव्वल पाहिजे! माई, नुसता पोटासाठी धंदा करून उपयोग नाही!''

हे तो बोलत होता, तरी त्याचे तोंड खाली होते. डोळे सुरीवर होते. अखेर तापत्या उन्हात सुरीची धार डोळे दिपवू लागली.

शालिनीने विचारले, ''काय रे नाव तुझं?''

''हुसेन माई.''

''कुठचा तू? इथलाच का?''

''नाही, तिकडं हैदराबादकडं गाव आहे माझं.''

''मग इतक्या लांब आलास?''

''पोटासाठी यावं लागतं माई. बरं, अजून मागं काही पसारा नाही. एकटाच आहे.''

दरम्यान, धार झाली. सुरी अंगावरच्या फडक्याने पुसून ती त्याने पायरीवर ठेवली.

''बघा, कागदासारखी पातळ चकती काढा आता खुशाल कांद्याची. हां,

एकदम तेज!''

शालिनी नाचत आत गेली. सहा आणे आणून ते तिने हुसेनच्या हाती दिले. ''पुरे?''

तो केवळ हसला. सुरेख हसला. मग शालिनीने आणखी दोन आणे त्याच्या हातावर टाकले. 'सलाम' करून तो उभा राहिला. पुन्हा त्याने ते अवजड यंत्र पाठीशी घेतले आणि तशा उन्हातून लांबच लांब टांगा टाकीत तो उमदा तरुण, उमदा धारवाला नाहीसा झाला.

लांबून हाळी आली : ''धाऽऽर... चाकू-सुरी-कात्रीला धाऽर...''

संध्याकाळी भिडे दमून-भागून घरी आले आणि बुटाची लेस सोडीत खुर्चीवर बसले. उघडे दार धाडकन बंद करून शालिनी त्यांच्या गळ्यात पडली आणि त्यांच्यावर चुंबनांचा वर्षाव करीत म्हणाली, ''किती वाट बघितली मी आज तुमची!''

■

८.

बळीची गोष्ट

हुरड्याला आलेली कणसे, वाळून पिवळा पडत चाललेला हरभरा, चांगली उमललेली करड्याची फुले, काळी माती आणि माजलेली हराळी यांचे वास बरोबर घेऊन गार वारा वाहत होता. सगळीकडे अंधार गुडुप होता. आभाळात चांदण्या चमकत होत्या आणि शेकोटी पेटवून आम्ही शेकत बसलो होतो. बळी रामोशी माझ्यासमोर होता. आपल्या दणकट अंगावरून त्याने काळेभोर घोंगडे लपेटून घेतले होते आणि केसाळ हातांचे भलेमोठे पंजे जाळापुढे धरले होते. मांडी घातलेल्या त्याच्या उघड्या पायांना वाऱ्याने कललेल्या ज्वाळा चाटीत, राठ केसांची टोके जळून वास सुटे, तेव्हा तो जरासा मागे सरे आणि हाय लागून चणचणणाऱ्या नडग्या तळव्याने चोळी. काळ्या पाषाणावर टाकी लावावी तसा त्याचा चेहरा देवीच्या व्रणांनी भरला होता. काळ्याभोर मिश्यांचे आकडे विंचवाच्या नांगीसारखे वळले होते. गळ्यात बांधलेली पैशाएवढी रुंद पेटी छातीच्या केसांवर उठून दिसत होती. या सर्वांवर ज्वाळांचा पिवळा-तांबडा उजेड पडला होता आणि काळ्या अंधारात काळी घोंगडी लपेटून बसलेला तो काळा रामोशी मोठा विलक्षण दिसत होता!

रातकिड्यांची किरकिर अखंड चालली होती. झाडांची पाने आणि पिके वाऱ्याने सळसळत होती. समोरची शेकोटी तडतडत होती आणि आजूबाजूला गर्द काळोख माजून राहिला होता.

आमची अंगे पुरेशी तापवून जाळ बसला. निखाऱ्यांवर राख चढली, तेव्हा बळी गुडघे उभे करून बसला. तोल राखण्यासाठी हातांचे पंजे एकमेकांत गुंतवून त्याने उभे पाय बांधून टाकले आणि उजवीकडे थुंक टाकून बोलण्यासाठी तोंड उघडले.

तो मला म्हणाला, ''मालक, तुम्ही आता वयात आलात. आता तुम्हाला फार जपून वागलं पाहिजे. हां, विशेष करून बायांच्या बाबतीत फार काळजीपूर्वक वागलं पाहिजे. त्यांच्यावर कधीच विश्वास टाकू नका. कधीच विसंबून राहू नका. रानचा चित्ता आणि गावची बाई यांसारखी धोकेबाज जात दुसरी नाही. आं? हां! आईच्या बाबतीत मी हे सांगत नाही; तरुण पोरीबद्दल सांगतोय. नुकतंच लग्न केलेल्या बाईबद्दल बोलतोय. सगळ्या तशाच असतात, असं मी म्हणत नाही. हा समोर जाळ आहे. याच्याकडे नजर लावून जवळ बसल्या-बसल्या तुम्हाला अंगातली थंडी घालविता येईल; पण तेच जर डोळे मिटून तुम्ही बसलात, तर अंगरखा पेटून तुमची राख होईल. ठीक आहे. बायांशी संबंध ठेवा; ठेवलाच पाहिजे; पण त्यांच्यावर विश्वास नका टाकू! मी? हां, मी ठेवला. माझ्या बायकोवर माझा फार विश्वास होता मालक, पण तिनं मला दगा दिला. स्पष्ट सांगतो. ती माझ्या सख्ख्या चुलत भावाबरोबर निजलेली मी बघितली आणि मग मस्तक पेटून मी तिला मारली. नुसती ठोकली नाही, डोक्यात धोंडा घालून जीव घेतला! बस्स! तुरुंग भोगला पाच-सहा वर्षं. भोगलाच पाहिजे. रामोश्यांना तुरुंगाचं काय?''

हाताची घडी मोडून शेकोटीवरची राख हलविली. ओठांवर बोटे ठेवून तो पुन्हा बाजूला थुंकला. त्या जागी थोडीशी माती सारून नीट बसला.

''ऐकलंय मालक; तुम्ही इथं सगळं बघता, ऐकता आणि तिकडं शहरगावी जाऊन ते बुकांतून देता. त्यामुळे तुमचं नाव दुनियेत होतं. चांगलं आहे, पण मला विचाराल, तर हे करण्यापेक्षा तुम्ही सरकारी अम्मलदार, फौजदार, जज्ज झाला असता; तर फार बरं झालं असतं. आमच्यासारख्यांना उपयोग झाला असता. असू द्या. ती गोष्ट वेगळी! तुम्हाला मजेशीर गोष्ट सांगतो. ऐका, ती ध्यानात ठेवा आणि मग बायांकडे बघा. आं? बुकातून दिली तरी माझी हरकत नाही. अमक्यातमक्यानं सांगितली म्हणून तुमच्याबरोबर माझंही नाव होईल.''

रातकिडे गप्प झाले. झाडे शांत झाली. त्या हिवाळ्यातल्या थंड रात्री शेकोटीच्या ऊबेने सुखावलेल्या बळीरामाने आपली गोष्ट सांगायला सुरुवात केली....

एक गाव होतं. आपलं माडगूळ आहे एवढंच, असंच. पाच-पन्नास घरं. चार-पाचशे माणसं. ओबडधोबड बांधणीची, कललेली, पडलेली घरं. बऱ्या-वाईट वागणुकीची, देखणी, बिनदेखणी माणसं... म्हातारीकोतारी, पोरंबाळं, गडीबापई आणि बाया. बापई रानात कामाला जायचे. जमिनीच्या खस्ता खाता-खाता ढोरमेहनत करता-करता आंबून जायचे. नवऱ्याच्या बरोबरीनं बायाही जायच्या, मेहनत करायच्या; पण थोड्या. पुष्कळ बाया घरी राहायच्या. पोरं सांभाळायच्या. कोंबडी राखायच्या, वाळवणं घालायच्या, डाळी करायच्या आणि

हे करता-करता आपल्या नवऱ्याचा विश्वासघात कसा करावा, याचे बेतही करायच्या. चोरून-मारून धान्य विकावं आणि पैसे करून जवळ ठेवावेत. नवऱ्याच्या माघारी त्या पैशातून काहीतरी घेऊन खावं. चांगलंचुंगलं ल्यावं.

रानामाळातून बापई रात्री उशिरा यायचे, केलेल्या कष्टानं थकून धरणीवर पडायचे आणि पुन्हा भल्या पहाटे उठून कामाला जायचे. मग बायांचे हे घातकी विचार अधिक बळावायचे. गावातली तरणी पोरं रानमाळातलं काम बाप-भावावर टाकून चुकारपणानं गावातनं फिरायची. रात्री अंधारातनं हिंडायची आणि मग बाया आपल्या नवऱ्यांचा गळा केसानं कापायच्या!

अशा कमनशिबी नवऱ्यांपैकीच एक नवरा होता. एकांडा होता. त्यामुळे त्याचा फार वेळ रानात जाई आणि त्याची ऐन जवानीतली बायको घरी फार वेळ एकटी राही. मग रात्री-अपरात्री ती गावातून फिरे. सोकावलेल्या पोरांशी बोले, बसे. बिचाऱ्या नवऱ्याला वाटे, आपली बायको फार चांगली आहे. गावातल्या इतर बायकांप्रमाणे बिघडलेली नाही; पण हा त्याचा भ्रम फार दिवस टिकला नाही. गावात गवगवा झाला; तो कानीही आला. आपली बायको बिघडली, हे त्या भल्या माणसाला उशिरा का होईना, पण कळून चुकलं! पण मग तोंड दाबून गप्प बसणाऱ्यांपैकी तो नव्हता. होता दणक्या, साफ-साफ बोलणारा – माझ्या-तुमच्यासारखा! गावातली कुणकुण कानी आल्यावर त्यानं एके दिवशी आपल्या बायकोला साफ विचारलं, ''काय गं रांडं, माझ्याशी बदमाशी करतीस?''

तेव्हा त्या नटरंगीने डोळे मोठे केले. हनुवटीला हात लावला आणि घाबराघुबरा आवाज काढून म्हटलं, ''या बाई! काय बोलता हे?''

''नाटक नको करूस. खरं ते कबूल करशील, तर सूट देईन, नाहीतर जीव घेईन.''

तेव्हा तिनं धावत जाऊन नवऱ्याचे पाय धरले. डोळे गाळले.

''धनी, धनी, तुमच्या पायाची आण. मी धुतल्या तांदळासारखी पाक आहे. लोक काय वाटेल ते बोलतात. राजाला रांडलेक म्हणतात. ते मनावर घेऊन मला का बोल लावता?''

''लोक उगीच कशाला बोलतील? कावळा व्हायला पर तरी लागतंच!''

''नाही हो, नाही; हा संशय सोडा. तुम्ही जातीनं माझी चुकी दाखवून द्या आणि मग वाटलं तर जीव घ्या!''

आणि तिनं हाणून-बडवून घेतलं. उपास-तापास केले. तेव्हा नवऱ्याला दया आली. वाटलं, 'ही माझी बाई खरोखरीच पाक आहे. लोकांचं ऐकून मी तिला उगीच बोललो. लोकांचं ऐकून नवऱ्यानं बायकोविषयी संशय घेतला, तर संसाराची राखरांगोळी होईल. माझंही धड व्हायचं नाही; तीही बदनाम होईल. तेव्हा आपलं

चुकलं. आपण हाक मारली. आपली बायको खरोखरीच गुणाची आहे. परपुरुषाविषयी तिच्या मनात काही नाही. का असावं? मी तिला काय कमी केलं आहे? माझ्याजवळ काय नाही? जवानी आहे, रूप आहे. खा-प्यायला, ल्या-नेसायला आहे. सगळं आहे आणि म्हणूनच ती संतुष्टही आहे.' मग त्यानं आपल्या बायकोची समजूत घातली. तिची माफी मागितली.

आणि दिवस जाऊ लागले. नित्याच्या रगाड्यातून, त्याच त्या चाकोरीतून जाऊ लागले. काही नवं नाही, जुनं नाही. नांगरट, पेरणी, काढणी, मळणी... पुन्हा नवं वर्षं... पुन्हा नांगरट, पेरणी, काढणी, मळणी; पण हे सगळं करताना त्या गड्याच्या मनातून बायकोविषयीचा शक गेला नाही. हां! शक म्हणजे कधी बरा न होणारा रोग आहे. तात्पुरता बसेल, पण कायमचा नाही जाणार. कधी नाही जाणार! आणि मालक, परपुरुषाची संगत हीही तशीच गोष्ट आहे. एकदा चटक लागली की, मग ती सुटणं कठीण; केवळ दुरापास्त! नवरा विसरी पडला, असं बघून बाईच्या वासनेनं पुन्हा उचल खाल्ली. एका जवान पोराबरोबर ती पुन्हा खेळ करू लागली; चोरून-मारून, जपून-लपून. पण लोकांच्या बोलण्यानं सावध झालेल्या नवऱ्याच्या बारीक नजरेतनं ते सुटलं नाही. तो पाळतीवर राहिला. एके दिवशी नवरा परगावी गेल्याचं बघून त्या बाईनं आपल्या याराला घरी बोलावलं. गूळ-खोबऱ्याचे कानवले केले, वरणभात केला आणि रात्री जेवणासाठी घरी बोलावलं. आपण साजशृंगार करून बसली. लोकांची नीजानीज झाल्यावर तो रंडीबाज गडी लपत-छपत आला आणि घरात शिरला. दाराला कडी लावून आत गेला.

कानवल्यांची रास बघून त्याच्या तोंडाला पाणी सुटलं. पटका काढून, मांडी मोडून तो बसला आणि घाईला येऊन म्हणाला, "आटप, आटप! मला भुका लागल्यात. फार वेळ झाला. चोरीचा मामला आणि हळूहळू बोंबला!"

आणि त्यानं कानवल्यांना हात घातला, तेव्हा ती लटकं रागावली. म्हणाली, "आं? जरा घोडं बांधा की! तांब्यापितळी देईतोवर दम आहे की नाही?"

आणि गडबडीनं उठून तिनं बस्कर घातलं. पितळी ठेवली. तांब्या घेऊन हंड्यापाशी गेली, तर हंड्यात पाणीच नव्हतं.

"अगं बया, तुम्ही येणार म्हटल्यावर माझं चित्त नाही राहत थाऱ्यावर. जणू भ्रमल्यासारखं होतं! पाणी आणीन म्हणून घोकलं आणि विसरलेच की!"

"राहू दे नसलं तर. जेवून जाईन आडाला!"

"चेष्टा नको. जरा थांबा. आत्ता आणते."

आणि कमरेवर कळशी घेऊन ती बाहेर पडली. तो गडी एकटाच भिंतीला टेकून बसला आणि हे सगळं आडाला उभं राहून तिच्या नवऱ्यानं ऐकलं; बघितलं. हां, तो गावी गेलाच नव्हता. मुद्दाम बायकोची परीक्षा बघण्यासाठी

दडून राहिला होता.

आपल्या बायकोचा यार असा बसलेला बघताच त्याचं पित्त खवळलं आणि हातात काठी घेऊन तो सावलीसारखा दडल्या जागेवरून पुढे आला. टिपण साधून त्यानं त्या बसल्या गड्याला एक जोरकस दणका हाणला.

आणि मेणाचा पुतळा ढकलल्यावर कलंडावा तसा तो कलंडला. बोलला नाही, चालला नाही, गपगार मरून पडला. कुठे निशाणीसुद्धा झाली नाही. मग मात्र हा हादरला. काठीच्या एका रट्ट्यासरशी हा मरेल, ही कल्पना त्याला नव्हती. आता बिलामत आली. या खुनातून सुटायचं कसं? कसं निभावून न्यायचं? विचार करीत बसायलाही वेळ नव्हता. बायको पाण्याला गेलेली आता परतणार. मग त्यानं शक्कल काढली. मुडदा तसाच भिंतीला टेकवून ठेवला. अर्धा कानवला हातात देऊन तो तोंडाशी गुंतवला. चिमणी फिरवून ठेवून तोंडावर अंधार पाडला आणि आपण सटकला.

पाण्याची कळशी घेऊन ही बाई जो आली, तो आपला यार कानवले खात बसलेला. तेव्हा ती लटकं रागावली. कळशी खाली ठेवून जवळ जात म्हणाली, "याला काय म्हणावं? मी येईपर्यंत दम नाही? चोरागत कानवलं खात बसलाय?"

पण यावर तो सोकाजी काहीच बोलेना, तशी ती जवळ गेली आणि दोन्ही हातांनी त्याला ढकलीत बोलली, "अहो, बोला की! गप् का बसलाय मुक्यासारखं?"

आणि त्या एवढ्याशा धक्क्यानं तो गडी कोलमडला. चिखलाचा गणोबा पडावा तसा खाली पडला! बाईच्या काळजात धस्स झालं. हात लावून बघितलं, तर अंग गार काला! 'अरे देवा, हे अघटित काय घडलं? हा बाबा मरून कसा पडला? रडायची चोरी, आरडायची चोरी. गावात कुणाला सांगावं, तरी सगळा मामला अंगावर बेतणार! जेवू घालीन म्हणून आणलेला, रात्रीसाठी बोलविलेला हा माझा रंगीला मरून कसा पडला? आता काय करू? कसं करू? अरे माझ्या देवा, आई गं! आता याला कुठे ठेवू? या मुडद्याचं काय करू?'

दाराला कडी लावून बाईनं विचार कर-कर केला आणि मग मध्यान रात्रीला तो गडी खांद्यावर टाकून ती घराबाहेर पडली. अंधारातून भुतासारखी मोकळ्या रानात आली. तिथं खतासाठी शे-पन्नास मेंढरांचा कळप बसवून धनगर ओव्या गात बसले होते :

'सुमरान मांडिलं, बिरूबा, गा देवाचं,
तवाच्या गा, येळंला, तवाच्या गा, येळंला.'

सूर लावून त्यांच्या ओव्या चालल्या होत्या. सगळे रंगात आले होते. या धूर्त बाईनं हा मोका घेतला. झाडाच्या आडोशाला, येस्क्या लावून तिने तो गडी

उभा केला आणि एक भलामोठा धोंडा मेंढरांत टाकून काढता पाय घेतला.

मुंड्या खाली घालून बसलेली मेंढरं धोंडा पडताच बावरली आणि धडपडून उठून ओरडू लागली. जनावरांची चाहूल जाणवताच ओव्या थांबल्या.

''अरे म्हाकू, मेंढरं हाल्ली... लांडगा की चोर?''

''हां? अरे, मग ऊठ-ऊठ. घे काठी. बघ तरी.''

तिघे-चौघे उठले आणि अंधारात डोळे फाडफाडून बघू लागले.

लांडग्याला बुजविण्यासाठी 'हा' करून ओरडू लागले.

आणि मग एका मेंढक्याची नजर झाडाआड दडलेल्या पांढऱ्याशुभ्र गड्याकडे गेली. तेव्हा तो काही न बोलता-सवरता धावून गेला आणि हातातल्या काठीची जोरकस धोपाटी त्यानं त्या चोरट्यावर टाकली, तसा तो गप्प खाली पडला.

मग आणखी दोघे धावून आले. बघतात, तर आपल्या सोबत्याने गडी जिवंत मारलेला.

''लेका धुळा, माणूस म्हणावं का राक्षस तुला? एका धोपाटीसरशी गडी जिवं मारलास?''

''मला रं काय माहीत, हा चिमणीच्या जिवाचा आसंल? रागाच्या तडाख्यात जुमानून काठी ओढली आणि हूं का चूं न करता हा खाली आला.

''आता जा फासावर.''

''अरं बाबा गा! ये गड्यानू, मला ह्यातनं वाचवा!''

आपल्या हातून गडी जिवंत मारला गेला म्हणून ही तिन्ही पोरं खच्चून घाबरली. त्यांच्या हातापायांतून वारं गेलं. भीतीने हुडहुडी भरली. 'देवा, परमेश्वरा, या संकटातनं आम्हाला सोडव!'

''म्हाकू, चल, मेंढरं उठवून पळून जाऊ गावात.''

''होय रं होय, तसंच करू.''

''अरं, वेडं का काय तुम्ही? अशानं कुठं केलेला खून लपंल? हा गडी रातीचा इथं मरून पडलेला बघितल्यावर रातभर आपल्याशिवाय या रानात दुसरं कुणी नव्हतं, हे गावकऱ्यांना कळल्याशिवाय राहील का?''

''मग?''

''काहीतरी तोड काढू.''

''गडी कुठला आहे, ते तरी बघा. आपल्या गावचा की परगावचा?''

''मग काडी ओढून पोरांनी बघितलं.''

''हा तर बाळा शिंद्यांचा संभू!''

''आं? आपल्या गावचा संभू! कशाला मरायला आला इथं मेंढरं चोरायला!''

मग तिन्ही मेंढक्यांनी मिळून विचार केला आणि संभू शिंद्यांचं मढं उचललं.

गावाबाहेर असलेल्या त्याच्याच मळ्यात नेऊन जोंधळ्याच्या पिकात निजवलं. शेजारी बीळ बघून निजवलं आणि दाभणानं त्याच्या पिंढरीवर दोन खुणा करून ठेवल्या.

दुसऱ्या दिवशी गावात ओरड झाली. शिंद्यांघरची मंडळी घाबरी झाली. पोरगा आदल्या दिवसापासून कुठं गेला होता, त्याचा कुणालाच पत्ता नव्हता. कुणी रागावलं नव्हतं, भांडणतंटा झाला नव्हता. मग न विचारता-सवरता पोरगा गेला होता कुठे? त्याला काही दगाफटका तर झाला नव्हता ना, अशा शंकेनं सगळी घाबरी झाली. त्यांना अन्न गोड लागेना. जिथं जिथं पै-पाव्हणे होते, तिथं निरोप गेले. माणसं गेली. सगळीकडे चौकशी सुरू झाली की, संभू कुणाला आढळला का? आणि मग ऐन उन्हाचं एकाला पिकात मरून पडलेला संभू आढळला. आरडाओरडा झाली. कसा मेला, का मेला? दमला म्हणून पिकात आडवा झाला आणि पिंढरीला साप चावून गेला. दैवाचा कोप. त्याला माणूस काय करणार?

मग मंडळींनी दुःख आवरलं आणि संभूला अग्नी दिला. ही बातमी जेव्हा बाईला समजली, तेव्हा ती माशासारखी तडफडली. चार लोकांदेखत आपण रडू-ओरडू शकत नाही, म्हणून एकान्ती रडरड रडली. शेवटी मध्यान रात्रीला संभूची संबंधित मंडळी परत आली आणि काळोख्या रात्री चिता धडधडू लागली, तेव्हा ती बाई तिथं आली आणि चितेभोवती पाकोळीसारखी फिरू लागली. काही का म्हणा ना, पण तिचा जीव खरा त्या पोरावर!

नवरा पाळतीवर होताच. काळोख्या रात्री ओढ्याच्या काठाला धडधडणाऱ्या लाल-पिवळ्या चितेभोवती आपली बायको डोळे गाळीत फिरताना त्यानं बघितली आणि त्याला चीड आली. विलक्षण चीड आली. सपाट्यानं तो पुढे झाला आणि पाठमोऱ्या बायकोला उचलून त्यानं त्या चितेत टाकली. होळीत टाकलेली पोळी जशी जळावी तशी ती बाई त्या जाळात जळून गेली. तेव्हा तो बहाद्दर 'सुटलो' म्हणून निवान्तपणे घराकडे आला आणि पुन्हा म्हणून बायकोच्या जातीवर विश्वास टाकायचा नाही, अशी खूणगाठ मनाशी बांधून दुनियेत वावरू लागला!

पूर्वेकडे चांद मोहरू लागला होता. वारा अधिक गार सुटला होता. शेकोटी पुन्हा धडधडू लागली होती. झाडे सळसळत होती आणि ही विलक्षण गोष्ट संपवून बळी चिलीम ओढत होता. नाकातोंडातून धुराचे लोळ सोडत होता.

बायकोचा असा निकाल लावलेला तो गडी शिपायांनी धरला नाही का? त्याला शिक्षा झाली का?

पण बळीला हे प्रश्न विचारण्यात अर्थ नव्हता!

■

९.

अनुभव

त्या काळी मी फार साधा माणूस होतो. जगातले छक्केपंजे मला कळत नव्हते. ऐन उमेदीत असूनसुद्धा सामान्यत: 'वाईट वागणूक' या सदरात मोडेल, असे काही माझ्या हातून घडत नसे. एखाद्या नवजात सुरवंटाप्रमाणे चांगल्या ग्रंथांची पानांमागून पाने फस्त केल्यामुळे 'शील', 'नीती' आणि 'चारित्र्य' असले शब्द मला माहीत झाले होते. थोडक्यात सांगायचे म्हणजे, या वैभवशाली वयात कसलीही चैन न करता आत्म्याची डागडुजी करण्यात मी गढून गेलेलो होतो.

जेव्हा-तेव्हा नाकाला पुस्तके लावून बसण्याची माझी खोड घरातल्या लोकांना मुळीच पसंत नव्हती आणि त्यातल्या त्यात वाचण्यासारख्या निरुपयोगी उद्योगात मी जे दिव्यातले तेल जाळीत असे, ते पुरविणे त्यांच्या शक्तीबाहेरचे होते. त्यामुळे दोन वेळा जेवण्यापुरताच मी घरी येत असे आणि हातावर पाणी पडताच जगू कोष्ट्याची खोली गाठीत असे. हा कोष्टी मागावर बसून लुगडी विणायचे सोडून चार-चार, पाच-पाच मैल रपेट मारीत असे. गळ टाकून नदी-तळ्यातले मासे पकडीत असे. कुत्री जमा करून ससे, घोरपडी मारीत असे. कोष्ट्याच्या जातीत जन्माला येऊन हा खुळा माणूस फासेपारध्याचे जिणे जगत होता. त्या बापड्याची सारी हुशारी या एकाच गोष्टीवर केंद्रित झाल्यामुळे लग्न, पोरेबाळे असला पसारा करणे त्याला जमले नव्हते. वडिलार्जित अशी ती तीनखणी खोली हीच त्याची एकमेव इस्टेट होती आणि तिचा त्याला फारसा उपयोग नसल्यामुळे तिथे येऊन लेखन-वाचन करण्याची परवानगी त्याने मोठ्या खुशीने मला दिली होती.

त्या घाणेरड्या गावाच्या जास्ती घाणेरड्या भागात जी कोष्टे गल्ली होती, तीत रस्त्यापासून आत अशी ही इमारत होती. आजूबाजूला पडक्या घरांचे

अवशेष होते. शेजारपाजार मुळीच नव्हता. अगदी शांत, निवान्त अशी ती जागा होती. गुरांच्या गोठ्यासारख्या ओबडधोबड, जुनाट भिंती आणि खाचखळगे असलेली जमीन अशी ती जागा जीवनाविषयी गंभीर विचार करायला खरोखरीच फार चांगली होती. उशाशी मेणचटलेली उशी आणि खाली जगूचे घोंगडे घेऊन मी तिथे लोळत असे. पुस्तके वाचीत असे. विचार करीत असे. माझ्या या अभ्यासात कोणी येऊन व्यत्यय आणला, असे क्वचित घडे. तशी खबरदारी अडाणी जगू घेत होता. त्याने त्याच्या दोस्तांना बजावून ठेवले होते की, बामणाचा पोरगा इथं बुकं वाचतो. त्याला त्रास द्यायचा नाही.

आणि त्याच्या या भलेपणाबद्दल मी त्याला काहीच देत नव्हतो. नाण्यांचा किंवा इतर कसल्याही वस्तूचा मोबदला देणे मला परवडत नव्हते. मात्र आत्म्याप्रमाणे ती जागाही झाडून-लोटून स्वच्छ ठेवण्याचे काम मी तत्परतेने करीत होतो. वेळच्या वेळी तिथे दिवा लावीत होतो आणि एवढ्यावरच जगू कोष्टी संतुष्ट होता.

मी तिथे फार सुखी होतो. हवा तो एकान्त मिळत होता. करमणुकीखातर जगूच्या गुळमट गप्पा होत्या. दिव्यात तेल होते. वाचायला ग्रंथ होते. आणखी काय हवे? तिथे कसलाही उपद्रव नव्हता. मी खरोखरच अगदी सुखात होतो. आई-वडिलांसारखी सभ्य माणसे कधी इकडे फिरकणे शक्य नव्हते. भावंडांना इकडे येणे भयप्रद आणि कष्टप्रद होते. त्यामुळे मला कसलाही व्यत्यय नव्हता. जगूने माझ्यावर फार उपकार केले होते. तोंडावर देवीचे व्रण असलेला तो दांड कोष्टी बायांच्या बाबतीत जरा जादा रसिक होता. गावात त्याची काही लफडी असल्याची बोलवा होती; पण त्या गोष्टीचा मला प्रत्यक्ष उपद्रव कधी झाला नव्हता, होत नव्हता; तरीपण ती समज घेऊन मी कधीकधी रात्री झोपण्यासाठी घरी जात असे. उशिरा वाचत बसून शेवटी अंधारातून घराकडे येत असे.

एके दिवशी मी फार वेळ वाचीत बसलो. झोपण्यासाठी आपल्याला घराकडे जायचे आहे, हे साफ विसरून वाचीतच राहिलो. उदात्त विचारांनी भारावून गेलो. माझ्या शेजारीच विड्या ओढीत जगू बसला होता, पण त्यानेही मला घरी जाण्याची आठवण केली नाही. कदाचित तोही विसरला असावा. त्याच्या मानाने उदात्त अशा विचारात गुंगला असावा.

काही वेळाने त्याचे काही दोस्त हातात कंदील आणि जाळी घेऊन आले, तेव्हा तो उठला. कुठल्याशा विहिरीत पारव्यांचा थवा वस्तीसाठी असतो, अशी बातमी त्याला लागली होती आणि रात्री बसल्या जागी ती पाखरे पकडून उद्याचे कालवण करण्याचा त्याचा बेत होता.

मी विचारले, "परत कधी येणार जगू?"

"आता सकाळीच. पल्ला फार लांबचा आहे."

"मग मी घरी जातो. कुलूप लाव खोलीला."

"ते का? झोपा की इथंच निवान्त. दिव्यात तेल आहे. दोन-चार बुकं काढा वाचून."

"कशाला? मी आपला जातो घरी."

"छे! रात्री कुठं जाताय आता अंधाराचं? म्हातारा-म्हातारी झोपली असतील कडी लावून. त्यांना कशाला त्रास देता? पडा इथंच. आतून कडी मात्र घ्या लावून."

अशी बोलाचाली झाली आणि जगू निघून गेला.

चिमणीच्या मिणमिणत्या उजेडात मी पुस्तक वाचीत राहिलो. स्वत:ला विसरलो.

असा किती वेळ गेला, कोण जाणे. शेवटी डोळे जड झाले. चिमणीही तेलाअभावी तडतडू लागली. बाहेर भयाण शांतता होती. डोळे मिटून बराच वेळ पडून राहिलो. शेवटी चिमणी विझवली आणि कूस बदलली. डासांची गुणगुण टाळण्यासाठी स्वत:ला पांघरुणात गुरफटून घेतले. तशा त्या पडक्या जागेत एकटे झोपणे, तेव्हा भयाण वाटत नव्हते. स्वत:च्या विचारांत जग विसरण्याइतकी मनाची एकाग्रता साधली होती. दिवा घालविल्यावरही मी बराच वेळ जागा राहिलो.

कधी कधी असे होते. एखादे सुरेख पुस्तक वाचले, एखादे सुंदर दृश्य बघितले म्हणजे रात्री झोप येत नाही. माझेही तसेच झाले होते. वास्तविक, तरुण माणूस फार झोपतो. रात्रीच का, पण वेळी-अवेळीही तो डुलक्या घेतो; पण मी मुळी अशा तरुणांपेक्षा वेगळाच होतो.

घोळक्याने डास गुणगुणत होते. त्यांच्या या गाण्याने सगळी खोली भरली होती. तरीही बाहेरची शांतता जाणवत होती. घरोघरी निजानीज होऊन बराच उशीर झाला होता, हे कळत होते आणि मी मात्र जागा होतो. आधी वाचतेवेळी डोळे जड होत होते आणि आता मात्र चक्क जागा होतो. जांभया येत होत्या, अंगही जड झाले होते; पण झोप कशी ती येत नव्हती.

'ओफ! ही झोप कशी येत असेल? तिची पावले ऐकू येतात; पण ज्या वेळी ती पटकन् येते, त्या वेळचा तो क्षण काही सापडत नाही. जगू जेव्हा बाहेरून खोलीत येतो, बाहेरून उंबऱ्यात पाऊल टाकतो; ती वेळ, तो क्षण कळतो; पण झोप कशी येते, केव्हा येते, हे मात्र कळत नाही. तिची पावले मात्र कधी स्पष्ट ऐकू येतात...

'बाहेर कुणाची पावले वाजली का? जगू आला वाटते. लवकर आला. शिकार मिळाली नसावी बहुतेक. उठून कडी काढायला पाहिजे. कशाला? त्याला ठाऊक आहे – बाहेर उभे राहूनच फटीत हात घालून कडी काढायची. अंधारातच गुपचूप येऊन झोपायचे, हे ठरलेलेच आहे. नेहमीच आम्ही असे करतो. दोघांपैकी कोणीही उशिरा आले, तरी दुसऱ्याची झोपमोड करायची नाही. चोरागत गपचीप येऊन मिळेल ते अंथरूण घेऊन झोपायचे.

'काढली वाटते कडी! आवाज झाला. पुन्हा दार बंद करून कडी लावली गेली. कुणीसे आत आले आहे. श्वास ऐकू येतो आहे.

'झोप जगू. पड गड्या. आता माझे डोळे पार मिटू लागलेत.' हलक्या खासगी आवाजात हाका आल्या, "जगू! ए जगू!"

जागृति-सुषुप्तीच्या सीमारेषेवर घोटाळणारा मी एकदम स्थिर झालो. नीट जागा झालो. बांगड्यांची किणकिण आली आणि तेलाचा सुरेख वासही जाणवला. डोक्यावरचे पांघरूण काढून डोळे फाडून दाराकडे बघितले. काही दिसेना. वस्त्रांची सळसळ आणि श्वास पुन्हा जाणवला.

"कोण आहे?"

त्यासरशी कुणीसे आवाजाच्या अनुरोधाने पुढे सरकले. भर्रकन काडी ओढून मी दिवा लावला – 'अरे, ही तर पुतळा!' मला बघताच तिने तोंडावर हात ठेवला. तिचे काळेभोर आणि मोठे डोळे अधिक मोठे झाले, पण क्षणभरात तिने ते मिटून पुन्हा उघडले, तेव्हा तिच्या ओठांवर हसू आले.

ते हसू माझ्या परिचयाचे होते. मी कुठेही आणि कधीही भेटलो, तरी ती पोर ते हसू माझ्यावर सोडीत असे आणि शरमेने मान खाली घालून मी पुढे जात असे. खरोखरीच ते हसू फार चांगले होते. फार गोड होते. एक चवचाल, नवरा सोडून गावाची शेज झालेली पोर इतके चांगले हसू शकते, हे विलक्षण होते. मला ते फार आवडत असे; पण ती बाई कशी होती, हे माझ्या कानांवर होते. त्यामुळे असल्या बाईने आपल्याकडे बघून हसावे, याची शरम मला वाटत असे.

गंभीरपणे तिच्याकडे बघत मी उभा राहिलो होतो आणि ती नखरेल पोरगी ते परिचित हसू हसत होती. तिच्या केसांचा सुगंध मला जाणवत होता. तिचा उष्ण श्वास माझ्यापर्यंत पोचत होता. शांतपणाने मी विचारले, "कोण पाहिजे?"

ती पुन्हा हसली. तेव्हा तिचे नाक सुरकुत्या पडून वर चढले आणि मखमली गाल फुलले. तिने उत्तर दिले नाही. तेव्हा मी माझ्या मनात असलेला प्रश्न पुन्हा विचारला, "जगूकडे आली होतीस काय?"

आणि याही प्रश्नावर ती जेव्हा ते हसूच दाखवू लागली, तेव्हा मला माझ्या कर्तव्याची जाणीव झाली – असल्या स्त्रिया म्हणजे समाजवृक्षाला लागलेली

कीड! त्यांना सुधारले पाहिजे; या गोष्टींपासून परावृत्त केले पाहिजे. तिला तसे सांगावे, असे मला यापूर्वीही अनेकवार वाटले होते; पण तितका एकान्त मिळाला नव्हता. मग ती आपण होऊनच माझ्यापाशी बसली. भिंतीला टेकून बसली. म्हणाली, ''हं, विचारा आता काय विचारायचं ते!''

स्वरात अत्यंत मृदुता आणून मी विचारले, ''तू अशी का वागतेस?''

''कशी?''

''स्पष्ट बोलतो, त्याबद्दल क्षमा कर; पण तुझी चालचलणूक बरी नाही, असा गावात बोभाटा आहे आणि तो खरा आहे, असं मला वाटतं. हो ना?''

ती आता गंभीर झाली होती. आपल्या उघड्या गळ्याला हनुवटी लावून बसली होती. माझ्या प्रश्नावर मान हलवून तिने संमती दिली.

''मग हे वागणं चांगलं का?''

''पण ते वाईट तरी का? मला आवडतं, म्हणून मी तशी वागते. कुणाला चांगले कपडे वापरावे वाटतात, कुणाला रोज एकेक नवीन पदार्थ खावा वाटतो; तसंच मला असं वागावं वाटतं. तसं का वागू नये?''

''अवश्य वागावं, पण त्या वागण्यानं तुझं भलं होईल, असं वाटतं का?''

चिमणीतले तेल संपल्यामुळे ती विझत चालली होती. तिच्याकडे टक लावून बघत ती काही क्षण गप्प राहिली आणि मग एकाएकी बोलली, ''नाही वाटत. कसं भलं होईल? जवानी आहे तोवर लोक विचारतील. पुढे कोण विचारील? असं वागून कुणाचं चांगलं झालं आहे?''

मला बरे वाटले. तिच्यापाशी एवढी समज असेल, याची मला कल्पना नव्हती. तशी ती चांगल्या घरातली पोर होती. शिक्षण नसले, तरी अगदीच अडाणी नव्हती. केवळ पैशासाठी ती काही हे करत नव्हती. चांगले रूप, तारुण्य असलेली ही स्त्री हे केवळ अजाणतेपणाने करीत होती.

''हे कळते ना? मग तू अशी वागू नकोस. चार लोकांनी नावं ठेवावीत, असं करू नकोस.''

''हे वाईट आहे, हे कळतं मला; पण वेड्याला येते तशी एकाएकी लहर येते आणि मग मला आवडेल त्या पुरुषाच्या मागे लागून मी मला आवडेल ते सुख मिळविते!''

''पण त्यापासून तुला खरोखर आनंद होतो का? सुख मिळतं का?''

''मिळतं क्षणभर; पण पुन्हा या देहाची स्वत:लाच किळस येते. तुमच्यासारख्या चांगल्या लोकांना माझ्याशी दोन शब्द बोलण्याचीदेखील शरम वाटत असेल, नाही? एखाद्या घाणीच्या डबक्याकडे बघावं, तसं तुम्ही माझ्याकडे बघत असाल, नाही?''

''बघणारे बघोत; पण मी बघत नाही. माणसाच्या चांगुलपणावर माझा विश्वास आहे!''

''थोर आहात तुम्ही, पण मला फसवू नका. खरं सांगा, मी चांगली होईन का? ठरवलं तर अजून मी माझा स्वभाव बदलू शकेन का? का जसं हे नाक, हे डोळे, हे हातपाय मी बदलू शकणार नाही; तसं हेही न बदलणारं आहे?''

तिचे डोळे पाण्याने भरले होते. खरोखरच तिचा हा प्रश्न व्याकूळ करणारा होता.

मी म्हणालो, ''इच्छा असली, खरंच पश्चात्ताप झाला, तर बदलेल. वाल्या कोळ्याचा वाल्मीकी नाही का झाला?''

तिचे डोळे आनंदाने चमकले. पदराने डोळे पुसून भरल्या आवाजात ती म्हणाली, ''मी वागेन, यापुढे चांगली वागेन.''

आता अंधार झाला. दिवा विझवून खोलीत काळोख पसरला. तशा स्थितीत आम्ही एकमेकांशेजारी न बोलता काही वेळ बसून राहिलो. मग अगदी अधीऱ्या स्वरात एखाद्या लहान मुलासारखी ती बोलली, ''तुम्ही मला वरचेवर भेटाल का? असे चांगले विचार सांगाल का?''

''नाही, मी भेटणार नाही.''

तिचा स्वर पुन्हा रडका झाला.

''म्हणजे तुमचा माझ्यावर विश्वास नाही. इतर पुरुषांसारखीच मी तुम्हाला हे खोटं सांगून फसविते आहे, ही आपल्यालाही बिघडवील, असं तुम्हाला वाटतं आहे. होय ना?''

''खोटं आहे, पण अशी शंका तरी तू का घेतेस? मन निर्मळ कर.''

''आधी तुमचं करा. मला ठाऊक आहे, तुमचा माझ्यावर विश्वास नाही. अजूनही एक घाणेरडी बाई म्हणूनच तुम्ही माझ्याकडे बघता आहात.''

''मग मी इतकं सांगत बसलो नसतो.''

''हो, मग तुम्ही असं बोलला नसतात. जे इतर करतात, तेच केलं असतं; पण मग भेटायला का नको म्हणता? चार लोकांत नाचक्की होईल म्हणून?''

''मी उत्तर देणार नाही. भेटणार नाही, हे खरं!''

''नका भेटू. तुमच्यावर माझा काय हक्क आहे? तुम्ही माझं ऐकावं, असं काय आहे माझ्यापाशी? पण मग तुम्हाला मी सुधारले, हे कसं कळणार?''

''कळेल!''

''कसं?''

''आपोआप कळेल. तू नीट वागत नाहीस हे जसं कळलं, तसंच तेही कळेल.''

''विश्वास बसेल तुमचा?''

"बसणार नाही, असं वाटतं का तुला?"

"तसं कसं म्हणू मी? तुमचं मन खरोखरीच निर्मळ आहे."

तिचा स्वर अगदी घायाळ झाला होता. अंधारातच चाचपडून ती माझा हात शोधू लागली. तो सापडला, तेव्हा वरचेवर गोंजारून दाबू लागली.

मी तिला ते करू दिले. आपण काहीही हालचाल न करता करू दिले. मग गाणे गावे, तशी ती मृदू आवाजात बोलू लागली, "खरंच, असं सांगणारं मला आजवर कोणी भेटलं नव्हतं. सगळे भेटले, त्यांनी माझा हवा तसा उपयोगच करून घेतला. मला उत्तेजनच दिलं. छे! छे! तुमच्यापाशी बसण्या-बोलण्याचीदेखील माझी लायकी नाही. मी फार केलं आहे. करू नये ते केलं आहे, पण त्याबद्दल तुम्ही मला क्षमा केली पाहिजे. कारण आता मी नीट वागणार आहे."

रात्र बरीच झाली होती. फार वेळ गेला होता. माझी झोप कुठल्या कुठे उडून गेली होती. आज आपण एक चांगले कृत्य केले, एका पतित स्त्रीला नीट मार्ग दाखविला, यामुळे माझे अंत:करण आनंदाने भरले होते. चार माणसांपेक्षा आपल्यापाशी काही वेगळे आहे, या जाणिवेने मी खूश झालो होतो आणि पश्चात्ताप झालेली ती पोर माझा हात धरून अंधारात नि:शब्द बसली होती. बराच वेळ बसली होती.

मग एकाएकी बोलली, "तुम्ही फार थंड आहात."

"म्हणजे कसा?"

यावर काही न बोलता तिने माझा हात जास्त दाबला. मी प्रतिकार केला नाही, उत्तेजनही दिले नाही.

"मला वाटलं, असं केलं म्हणजे तुम्ही रागवाल; हात काढून घ्याल!"

"तुझं हे करणं अगदी निरुपद्रवी आहे. मी का विरोध करू? त्यापासून तुला जर समाधान होत असेल, तर का अडवू?"

छे! आम्ही फार वेळ बोलत होतो! फारच! बाहेर शांतता होती. दाराच्या फटीतून गार वाऱ्याच्या झुळका येत होत्या; डासांची गुणगुण अव्याहत सुरू होती. मग एकाएकी तोंड पुढे करून तिने माझे ओठ चावले. मला आश्चर्य वाटले नाही. थंडपणाने मी बसून राहिलो. (जीवनाने मला दिलेले ते पहिले स्त्री-चुंबन होते.)

आणि मग एकाएकी ती बारीक रडू लागली. ते रडे अत्यंत केविलवाणे होते.

मी म्हणालो, "तुला दु:ख होत असेल, तर आता तू जा. घरी जा."

त्यासरशी ती रडरडून विचारू लागली, ''हे तुम्ही का केलं नाही? मी सारखी अपेक्षा करीत होते, तरी तुम्ही थंड का राहिलात? जी गोष्ट पुरुषाने प्रथम करावी, ती तुम्ही का केली नाहीत?''

मी काही न बोलता गप्प राहिलो. हळूहळू तिच्या रडण्याचा आवेग ओसरला.

''मला क्षमा करा, तुम्ही खरोखरीच थोर आहात. मी अशा तऱ्हेनं तुमच्याशी वागणं चूक होतं, पण हे मी अखेरचंच केलं. यापुढे असलं जीवन मी विसरणार आहे. मी खरोखरीच चांगली वागणार आहे. मला नेहमी वाटतं की, इतर बायका संसार करतात, त्यांना मुलं होतात आणि परमेश्वरानं माझ्याच वाट्याला हे काय आयुष्य दिलं आहे? पण ती त्याची चूक नाही. मी आपणहून कर्दमात लोळते आहे.''

आणखीही उपरती झालेल्या माणसासारखी ती पुष्कळ बोलली. माझ्या शेजारी बसून त्या अंधाऱ्या खोलीत पश्चात्तापानं पोळलेली ती तरुण पोर खूप-खूप बोलली. ते बोलणे म्हणजे एक अमर काव्य होते.

रात्र संपल्याची घोषणा कोंबड्यांनी केली. फटफटीत झाले. खोलीतला अंधार पुसट झाला आणि आता आम्ही परस्परांना नीट बघू शकलो. तेव्हा एकाएकी भांबावल्यासारखी ती सावरून बसली. मला कडकडून मिठी मारून माझ्यावर चुंबनांचा वर्षाव करीत म्हणाली, ''माझ्या राजा, उभी रात्र बोलण्यातच की रे संपली!''

■

१०. खेळ

मघाचा पाऊस सारखा कोसळत होता. सूर्य दिसत नव्हता, ऊन पडत नव्हते. गडद भरून आलेले आभाळ सारखे सांडत होते. जंगलातील झाडांची खोडे शेवाळ्याने हिरवीगार झाली होती. ओढे-नाले खळाळत होते. जिकडे-तिकडे पाणीच पाणी झाले होते.

कधीमधी जोरात पडणारा पाऊस दमगीर होऊन हळूहळू येऊ लागे. थेंबांचा आकार लहान होई. सतत चाललेला घोष मावळल्यासारखा वाटे आणि निळे-पांढरे धुके लोळत येई. दऱ्या भरून जात, झाडे दिसेनाशी होत. डोंगरांची उंच शिखरे झाकून जात. निळे-पांढरे धुके सर्वत्र पसरून जाई. वारा भरारे, धुके निघून जाई. ओलीचिंब होऊन ठिबकणारी झाडे, फोफावलेल्या रानवेली, नाना जातींची झुडपे, मातीचा तांबडा रंग घेऊन धावणारे ओहळ, सर्वत्र पसरलेली हिरवळ दिसू लागे. ती क्षणभर दिसते-न दिसते तोच पुन्हा सडासडा धारा येत. झाडांचे शेंडे वाकत. गवताची पाती जमिनीला टेकत. नकोसा वाटणारा घोष जमिनीपासून आभाळापर्यंत भरून राही.

गेले आठ दिवस असा कोसळणारा पाऊस! त्याने आज सकाळी भांगा दिला. आभाळ स्वच्छ झाले. ताजे ऊन पडले. ओहळ चमकू लागले. हिरवे गवत टवटवीत झाले. आवाज थांबला. उबदार ऊन सर्वत्र पडले.

दरीतल्या एका डेरेदार झुडपाखाली अंग गोळा करून बसलेले आठ ल्हावे हुशार झाले. मुरून बसलेले मोकळे झाले. पंख फडफडवून त्यांनी चोचीतल्या चोचीत आवाज केला. झाडाच्या काळ्या सावलीतून बाहेर पडून ते चमकदार उन्हात आले. पाणी ठिबकून ओले झालेले पंख त्यांनी चोचींनी साफ केले आणि ते फिरू लागले. गवता-झुडपांच्या गिचमिडीतून निघून डोंगराच्या सपाट भागावर

तुरुतुरु धावत आले आणि किडा-मुंगी, कण-कण टिपू लागले. उन्हाने चमकणाऱ्या त्या हिरव्यागार हिरवळीवर रंगदार लाव्हे इकडून तिकडे धावू लागले. गवताच्या पात्यावर चमकणारे थेंब ओघळून खाली पडले. लहान गवती किड्यांची धांदल उडाली.

कसे सुरेख ऊन पडले होते! आभाळ निळे झुळझुळीत दिसत होते. वारा अगदी शांत होता. सूर्य वर-वर चढत होता. डोंगरावरून खाली धावणारे पाणी मंजूळ आवाज करीत होते. गवताच्या पात्यांवर चमकणारे बारीक थेंब एकाएकी नाहीसे होऊ लागले होते. ओलीचिंब झालेली झाडे सुकत चालली होती. खोडे, दगडगोटे कोरडे होत होते. पाऊस बिलकूल थांबला होता.

आठ लाव्हे खूप हिंडले. चुकामूक झाली की, आखूड शीळ घातल्यासारखे ओरडावे, त्या ओरडण्याच्या अनुरोधाने सर्वांनी एकत्र यावे आणि पुन्हा माना खाली घालून किडा-मुंगी शोधावी.

असे ते बराच वेळ हिंडले. त्यांचे खाऊन झाले. चिखलाने मळलेल्या आपल्या चोची त्यांनी दगडावर, गवतावर घासून स्वच्छ केल्या. काळे-पांढरे ठिपके असलेले पंख अवघडले होते, ते उघडले, झाडले आणि पुन्हा मिटले. तांबडेलाल पाय, एकेकदा एक असे तणावून सैल केले. छाती उभारून तांबड्या डोळ्यांची उघडझाप करीत इकडे-तिकडे बघून घेतले. सर्वत्र शांतता होती. दूर खळाळणाऱ्या पाण्याशिवाय कसलाही आवाज नव्हता. ओले गवत जवळजवळ कोरडे झाले होते. भिजल्या जमिनीचा गारवाही थोडाफार बसला होता.

एक तुरुतुरु अगदी उघड्या जमिनीवर आला. खाली बघून त्याने पायाने जमीन सारखी केल्यासारखे केले आणि तो जमिनीवर दबला. मान आत घेऊन आणि डोळे मिटून ऊन खाऊ लागला. बाकीचेही आता बसण्यासाठी चालले होते. झुडपाच्या आडोशाला जाण्यासाठी काही जण चालले होते. काही अजूनही गवतावर टोचा मारीत हिंडत होते. त्यांपैकी एकाने मान उंच करून बसलेल्या लाव्ह्याकडे बघितले आणि उतरणीच्या खाली जायचे सोडून घशातल्या घशात आवाज करीत तो त्याच्यापाशी आला. जागा साफसूफ करून शेजारी मुरला. इतका शेजारी की, त्याचा धक्का बसून पहिल्याने डोळे उघडले. अंगाची हालचाल केली आणि मग एकमेकांच्या पंखाला पंख लावून ते दोघेही गुडुप बसले. काही वेळाने आडोशाला, कुणाच्या दृष्टीस न पडावे अशा बेताने बसणारे बाकीचे लाव्हेही आले आणि या दोघांशेजारी येऊन बसले. अगदी उघड्यावर, उतरणीच्या हिरवळीवर ऊन खात मुरून बसले. दिसेनासे झाले. ओंजळभर गोटे एका जागी पडले आहेत, असे दिसू लागले. कुठेही हालचाल दिसेनाशी झाली.

सूर्य वर चढत होता. ओहोळाची खळखळ लांबून ऐकू येत होती आणि गारवा कुठच्या कुठे गेला होता.

चढण चढून तीन पोरे वर येत होती. त्यांचे चेहरे थकल्यासारखे दिसत होते. अंगातले कपडे भिजून चिंब झाले होते. पुढे होते ते किडकिडीत पोर चलाख होते. काखेत दोन छत्र्या मारून आणि एका हातात बूटजोडी घेऊन ते वर चढत होते. त्या बूटजोडीचा मालक त्यांच्या मागे होता. गरगरीत चेहरा, गोरा रंग आणि काळेभोर केस यांमुळे तो बऱ्या घरचा असावा, असे वाटत होते. उघड्या पायांनी चालताना त्याला फार कष्ट पडत असावेत, असे वाटत होते. पाठीला लटकविलेली बंदूक सांभाळीत तो पुढच्यामागून चालला होता आणि त्याच्यामागे आठ-दहा वर्षांचे एक पोर होते. तो बहुधा त्याचा लहान भाऊ असावा. पावसात भिजून काकडला होता, तरी रानात फिरण्याचा आनंद त्याच्या तोंडावर दिसत होता.

पायांचा आवाज न करता, न बोलता-सवरता ही तिन्ही पोरे चढ चढून वर आली. खेडुत पोर एकाएकी थांबला. मागून येणाऱ्या बंदूकवाल्याला त्याने इशारा दिला. धांदलीने तो जवळ आला, तसा हा कुजबुजला, "लाव्हरी आहे बघा. नीट नेम धरून मारा.''

डोळे मोठे करून बंदूकवाला बघू लागला. मागचे पोर धडपडून वर येऊ लागले, पण डोळे वटारून किडकिडीत पोराने त्याला चूप केले.

बंदूकवाल्याला पुढे बारा-पंधरा हातांवर पडलेल्या ओंजळभर गोट्यांशिवाय काही दिसेना. तोंडातल्या तोंडात तो विचारू लागला, "कुठं? कुठाय?''

तेव्हा किडकिड्या पोरानं खसकन त्याच्या दंडाला धरले. चाहूल लागायच्या आत या माणसाने जर बार घातला नाही, तर पाखरे उडून जाणार, या जाणिवेने ते अगदी अधीर झाले होते. ओंजळभर गोट्यांकडे बोट दाखवून ते म्हणाले, "ते दिसतंय का पडलेलं? हां, ते ठोका बेशक!''

मग दुनळी रोखली गेली आणि फाडकन आवाज झाला. जंगलातली शांती फाटली. ओंजळभर गोटे जागच्या जागी थरथरल्यासारखे वाटले. बारीक पिसे चहुफेर उडाली. कडेला असलेला एक लाव्हा जखमी होऊन समोरच्या उतरणीखाली असलेल्या झुडुपाच्या आडोशात जाण्यासाठी धावू लागला, पण ते चलाख पोर पुढे झाले. छत्र्या-बूट टाकून धावले आणि झुडपात शिरून दिसेनासा होईतोवर त्याने लाव्हा पकडला. चेंडूसारखा जमिनीवर आपटला आणि तो ओरडला, "शाबास! शाबास!''

बंदूकवाल्या गोऱ्या पोराने हात वर केले आणि 'हो!' असा आनंदी आवाज

केला. लहान पोर थयथया नाचू लागले. वरचेवर 'शाबास शाबास' म्हणत किडकिडे पोर पुढे झाले आणि त्याने लाव्हे उचलले.

"एक... दोन... तीन... चार!" मोठ्यांदा ते ओरडले.

"आठ आहेत... आठ!"

सकाळपासून फिरून-फिरून थकलेल्या तिन्ही पोरांचे चेहरे उजळले. बंदूकवाल्याने बूट चढविले. किडकिड्या पोराने भिजून चिंब झालेल्या कोटाच्या खिशात लाव्हे भरले. लहान पोराने मारल्या जागी विखुरलेल्या रंगीत पंखांतली चार पिसे गोळा करून हातात घेतली आणि ओरडत-ओरडत, मोठमोठ्याने बोलत ते तिघेही चढण उतरू लागले.

११.
दरवेशी

सुगी जशी तोंडावर येऊ लागली, तसा अस्वल घेण्याचा नबीखान दरवेश्याचा विचार बळावला. धोकटीशिवाय न्हावी आणि अस्वलाशिवाय दरवेशी! आदल्या सुगीला नबीखान जेव्हा रिकाम्या हाताने खळीतळी हिंडला, तेव्हा शेतकऱ्यांनी त्याला भिकारी आल्यासारखे हुडत् हुडत् केले. परमुलखातून पोट भरण्यासाठी आलेल्या नबीला त्यांनी मूठभर कणसे द्यायचेदेखील नाकारले.

अखेर रागाने त्याला खुलासा करावा लागला.

"धुडकावून लावू नका पाटील, मी दरवेशी आहे."

पण यावर प्रश्न आला, "कसला लेका तू दरवेशी! अस्वल नाही, वाघ नाही; तुला दरवेशी म्हणेल कोण?"

"होतं सरकार, अस्वल होतं, वाघ होता; पण दिवस हे असले गट्याळ आले. पोटानं परवडंना, म्हणून वाघ विकला. अस्वल ठेवलं होतं, पण बापाच्या माघारी वाटण्या झाल्या, त्यात ते धाकट्या भावाला गेलं."

"ती भाकडकथा नको सांगूस आम्हाला. अस्वल असल्याशिवाय आम्ही तुला दरवेशी नाही म्हणणार!"

आणि खरोखरीच नबीला पोटापुरतेही धान्य नाही मिळाले. तसा नबीखान या गावी अगदीच परका होता, असे नव्हे. त्याचा बाप इकडे चांगला माहितीचा होता. लहान धाकटी होती, तेव्हा ही पोरेही सुगीला येताना तो बरोबर आणी; पण बापाच्या माघारी पोरे फुटली आणि जगू लागली. प्रत्येकाने तीन-तीन गावे वाटून घेतली. बऱ्याच दिवसांनी नबीखान या वाटणीच्या गावी आला; पण लोक त्याला जुमानीनात आणि त्यात त्याच्याजवळ अस्वल नव्हते. त्यामुळे ही सुगी तोंडावर आली, तसा अस्वल घेण्याचा त्याचा विचार बळावला. गावात ज्याच्या-

त्याच्यापाशी तो तसे बोलू लागला; पण लोकांना म्हांडुळासारखी दोन तोंडे असतात. नबीखान जेव्हा अस्वल घेणार-घेणार म्हणून नाचू लागला, तेव्हा ते म्हणू लागले, "वेडा विचार करू नकोस नबी. जवळ पैसाअडका नाही तुझ्या. अस्वल घेतोस कसं?"

नबीनं सारा विचार करून ठेवला होता. तो उत्तर देऊ लागला, "मायबाप, तुमच्यासारख्या कुणाही धनंतराकडे हात पसरले, तर मला कुणी नाही म्हणंल का? बरं, आपल्याला कुणाला बुडवायचं नाही. मिळकत होऊ लागली की, फेडायचं हप्त्याहप्त्यानं."

यावर विचारणारा क्षणभर गप्प होई आणि पुन्हा म्हणे, "पण लेका, दिवस असले गट्याळ. तुझं एकट्याचं पोट भरायची मारामार; त्यात ते जनावर कसं जगवशील?"

यावर नबी बोलणार नाही असं वाटे; पण तो निश्चयानं म्हणे, "हे बघा, एकवार घडा करून घेतला म्हणजे पुढे कसंही निभंल; पण आता जनावर घेतल्याशिवाय मात्र गप्प बसणार नाही, हे पक्कं."

लोकांनी पुष्कळ सांगून बघितलं, पण नबीनं काही ऐकलं नाही.

एके दिवशी अस्वल आणायला जातो म्हणून तो बोचके बांधून कुण्या मुलखाला गेला आणि माघारी आला, तो अस्वल घेऊनच. चंदा कासारणीचे घर रिकामे होते. त्यात तो राहत असे. माघारी येताच अस्वल त्याने अंगणात बांधून टाकले. मागे एक खुंटी मारून तिला मागचा पाय आणि पुढे एक खुंटी मारून तिला नाकातली वेसण.

ही बातमी गावभर पसरली. खरे-खोटे काय, ते लोक बघून गेले. कासारणीच्या जुन्या दोन खणी, घरापुढच्या अंगणात झुलणारे अस्वल त्यांनी आपल्या डोळ्यांनी बघितले. मग नबीने ते आणण्यासाठी पैसा कुठून आणला याची चर्चा सगळीकडे सुरू झाली. अखेर कुठूनशी बातमी बाहेर आली की, देना न्हाव्याने दरवेश्याला व्याजाने पैसे दिले. किती दिले, काय व्याजाने दिले, हे हरी जाणे; पण दिले, हे नक्की! अर्थात न्हाव्याने ही गटारगप्पा ठरविली. तो म्हणाला, "माझी मला खाण्याची पंचाईत आणि मी सावकारी कशाला करतोय मरायला? नबी माझ्याकडे कधी आला नाही आणि कधी तांबडा पैसा त्याला दिला नाही!"

हा न्हावी लबाड माणूस होता असे नव्हे; उलट चार जणांशी त्याची वागणूक नम्रतेची, सचोटीची असे. त्याचा उभट चेहरा, बारीक डोळे आणि ओठाबरोबर मिश्या बघून तो लबाड आहे, असा बघणाऱ्याचा ग्रह होई, एवढेच. घरचे दूधदुभते विकून पोरांना कामासाठी शहरगावी पाठवून त्याने थोडाफार पैसा केला होता आणि तो सुरक्षित राहावा, कुणाच्याही डोळ्यांत न यावा यासाठी

त्याची धडपड होती; तो वाढीला लागावा म्हणून खटपट होती, हे मात्र खरे!

न्हावी कुणाच्या बापाला बधेना, तेव्हा लोकांनी नबीला टोचून बघितले; पण तो छप्पन्न गावचे पाणी प्यायलेला. मोघमच म्हणे, ''आई पांढरीत आपण चांगुलपणा मिळविलाय सरकार. कुणाकडंही गेलो आणि शब्द टाकला, तरी खाली नाही पडणार. आंधळ्याची गुरं देव राखतो.''

''हे झालं मोघम. पण अखेर तुझी गरज भागवली कुणी?''

''भागवली अशीच तुमच्यासारख्यांनी!''

''तरीपण?''

''आता तुम्हाला सगळं ठाऊक असून काय विचारताय मला? माझी गरिबाची चेष्टा करताय होय? पण सरकार, तुम्ही मान मोडली, तरी मी चेष्टा खरी मानणार नाही हां!''

असे कुणीकडचे बोलणे तो कुणीकडे घाली आणि खरी गोष्ट बोलण्याचे साफ टाळी. त्यामुळे पैसे कुणी दिले, हे अखेरपर्यंत कळले नाही. न्हाव्याचा संशय होता, इतकेच.

रोज सकाळच्या प्रहरी कोवळी उन्हे पडली की, अंगणात नबी अस्वलाला तालीम देई. हातात काठी घेऊन 'अहा रे बेटा! होहो रे बेटा' असे ओरडून त्याला दोन पायांवर चालवी. टाळ्या वाजवायला शिकवी. लोळण घ्यायला शिकवी. अस्वलाची गुरगुर, नबीचा ओरडा आणि त्याच्या हातातल्या कड्यांचा खणखणाट ऐकून पोरेटोरे जमा होत आणि तालीम संपेपर्यंत उभी राहत. कामधाम सोडून मोठी माणसेही घटकाभर उभी राहत. चंच्या सोडून खेळ बघत. तालीम संपली की, पदरमोड करून नबी अस्वलाला ताककण्या खायला घाली. रोज शेरपायलीचा खर्च करी. त्याला आशा होती, 'एका सुगीत माझा सारा शीण फिटेल.'

पण मध्यंतरी पावसाचा आडाखा चुकला आणि जोंधळ्याची पिके पोटरीत येऊन वाळून चालली. दिवसभर झोंबरे वारे सुटत. काळेभोर ढग जमा होऊन येत. जमावा-जमावाने रस्त्यावर उभे राहून लोक आशाळभूतपणे आभाळाकडे बघत. ढगपण आले रे आले की, जोरदार वारा सुटे. ढगांची पांगापांग होई. आभाळ मोकळेच्या मोकळे राही. रखरखीत ऊन पडे. त्या उन्हाने ताटांची हिरवी पाने मरगळली. सुकून खाली वाकली. त्यांची टोके वाळून सुरळ्या झाल्या. लोक निराश झाले आणि त्यांनी नशिबाला दोष दिला. गावात अनाचार वाढला, कोण कुणाच्या उपयोगी पडेना, बाया चावट झाल्या; त्यामुळे मेघराजा कोपला, असे जो-तो म्हणू लागला. जे धर्मकर्म करणारे होते, त्यांनी देव पाण्यात

बुडविला. देवाला साकडे घातले, तरीही आभाळ वेड्यासारखे ऊन पाखडत राहिले. पिके सुकून जाऊ लागली. वाटेवर फुफोटा जास्त झाला आणि जोराच्या वाऱ्याने तो सगळा तरंगू लागला. रस्त्याच्या कडेने उभे राहिलेले झाडांचे सांगाडे त्याने माखून काढले. सगळीकडे अवकळा पसरली. मग चांगले-चांगले लोकसुद्धा देवाला शिव्या घालू लागले. वाटेल तसे बोलू लागले. तरीही पाऊस पडला नाही आणि लोकांनी सर्व आशा सोडून दिली. हे वर्ष कसे करावे, या विवंचनेत लागले.

आणि एके दिवशी आभाळ भरून आले. लोकांनी त्याच्याकडे दुर्लक्ष केले, पण त्या दिवशी पाऊस पडला. सडासडा पाऊस पडला. पिके मरता-मरता वाचली; पण व्हायचे तेच झाले. ऐन नशीत पावसाने दगा दिल्यामुळे चार आणेच हाती आले!

खळी शिंपली गेली, तसा भिकाऱ्यांचा ऊत आला. कोल्हाटी, नंदीवाले, काशीकापडे, बाळसंतूस नाना लोक येऊन धान्याला हात पसरू लागले. शेतकरी कातावले. त्या भाऊगर्दीतच नबीखान अस्वल घेऊन दारोदार हिंडला. लोकांनी चरफडत त्याला मूठ-मूठ घातली.

आली-आली म्हणता सुगी झाली. राने मोकळी पडली. शेतकरी जत्रा-खेत्रा बघू लागले. मिळालेल्या चंदीतून शेरआर्धी अस्वलाला जाऊ लागली आणि हलके हलके नबीखान मोकळा होऊ लागला.

दरम्यान, रोज भरपूर खाऊन-खाऊन अस्वल चांगले टणटणीत झाले होते. ताककण्या ओरपून लडदू झाले होते. दिवसभर ते झुलत राही, नाहीतर चारी पाय पसरून किंवा अंगाचे मुटकुळे करून झोप ताणी. गावातल्या रिकामटेकड्या माणसांचे आणि पोरांचे कोंडाळे त्याच्याभोवती सदोदित असे. तरी ते डाराडूर झोपून राही. मग बघायला आलेली पोरे कंटाळत आणि धुळीत बसल्या-बसल्या बारीक खडे उचलून झोपल्या अस्वलाच्या नाकाडावर मारीत. वर्मी खडा लागला की खाऊन माजलेले ते जंगली जनावर जागे होऊन आरडाओरडा करी. पोरे भिऊन मागे पळत. मोठी माणसे त्यांना रागे भरत. मुक्या जनावराला असा त्रास देऊ नये, असे दटावत आणि जंगली जनावरे अन् त्यांविषयी ऐकिवात असलेल्या गोष्टी एकमेकांशी बोलत. नबी दरवेश्याचे अंगण पान खाऊन मारलेल्या पिचकाऱ्यांनी भरून जाई. घटकाभर तोंड वेडेवाकडे करून, नाकातून चमत्कारिक आवाज करून अस्वल पुन्हा झोपी जाई.

नबी परत यायची वेळ झाली की, पोरे-माणसे उठून जात. काही वेळ अस्वल एकटेच राही. मग पायातल्या जाड वहाणा वाजवीत नबी येई. अस्वलाचे केसाळ मस्तक थोपटी. 'बेटा बेटा' करून त्याच्या अंगावरून हात फिरवी.

दिवसभर त्याने केलेली ओल झाडून-लोटून स्वच्छ करी आणि स्वत:च्या पोटाला घासभर कमी करून त्या मुक्या जनावराला भरपूर घाली.

दुष्काळामध्ये लोक हवालदिल झाले. हाती आलेले अपुरे धान्य हां-हां म्हणता उडाले आणि कळणा-कोंडा खाऊन राहण्याची वेळ आली. पुढच्या पिकाची आशा धरून शेतकरी राहिले; पण ज्यांची पोटे हातावरची, असे गोरगरीब गाव सोडून जगायला गेले. गावातल्या बऱ्याच घरांना कुलपे लागली. वैरणीच्या टंचाईमुळे चांगले-चांगले शेतकरी जनावरे विकून टाकू लागले आणि नबी दरवेशी मात्र स्वत:चे पोट मारून अस्वल जगवत राहिला. उपासतापासाने आणि विवंचनेने त्याचा गोराभुरका चेहरा काळा झाला. गावात तो आला, तेव्हा बऱ्यापैकी कापडाचा लांबलचक शर्ट घाली. कप-कॉलर असलेल्या या शर्टावरच्या काळ्या रेघा उन्हात मोठ्या उठून दिसत. शिवाय, झोकात बांधलेल्या पटक्याचा शेमला तो इतका लांब सोडी की, तो पोटऱ्यांवर लोळावा. इतका लांब शेमला सोडणारे गावात दुसरे कोणी नव्हते आणि त्याचे धोतरसुद्धा धड अन् बऱ्यापैकी असे, पण हा सारा रुबाब आता पार गेला होता. डोक्यावर चांदवा फाटलेली गांधी टोपी आणि अंगात फाटकी कोपरी घालूनच तो गावातून हिंडे. बिचाऱ्याचे धोतर तर सतरा ठिकाणी भोकसले होते. त्याची ही दशा बघून पुष्कळांनी सांगितले, ''नब्या, गाढवीच्या! अस्वल काढून टाक, नाहीतर पाय खोडून उपाशी मरशील!''

पण तो हटवादी दरवेशी म्हणाला, ''मेलो तर अगोदर मी मरेन आणि मग माझं अस्वल. मालक, जसं तुमचं खोंड, तसं मला हे अस्वल. या जनावरावर माझा फार जीव आहे.''

''अरे होय; पण सुरी सोन्याची झाली, म्हणून कुणी काळजात खुपसून घेईल का? भल्याभल्यांनी जनावरं काढली आणि तू या अस्वलासाठी रोज शेर-अडीसरीचा खर्च करतोस.''

''काहीही बोला, पण मायबाप, जिवात जीव आहे तोपर्यंत मी अस्वल नाही काढणार.''

असे बोलल्यावर कुणी काय करावे? लोकांनी नाद सोडून दिला आणि नबी दरवेश्याला अस्वल जगविणे उत्तरोत्तर कठीण जाऊ लागले. दाणागोटा संपला, तरी त्याने उसन्या-पासन्यावर भागवायचे धरले, पण असे किती दिवस चालणार? लोक चक्क नाही म्हणू लागले. कोणी दारात उभे करीनासे झाले. मग त्याने घरातली भांडीकुंडी विकायचा सपाटा चालविला. त्या अस्वलाला खाऊ घालण्यासाठी सगळा संसार वाटेला लावला. पण पुढे?

गावात पत राहिली नाही, तेव्हा भल्या सकाळचा उठून नबी परगावी जाऊ लागला. रोजची खाण्याची वेळ झाली की, अस्वल झुलत राही; पण त्याच्यापुढे सकाळचे खाणे येईनासे झाले. मालक आता येईल, मग येईल, म्हणून ते आपल्या मठ्ठ डोळ्यांनी इकडे-तिकडे बघत राही. चमत्कारिक आवाजात ओरडत राही आणि शेवटी भुकेने व्याकूळ होऊन गप्प पडे. झुलून पायांखाली खड्डा झाला होता, त्यात ते पडून राही. शेवटी दिवस मावळायला गेल्यावर नबी वणवण करून परत येई आणि चार घास अस्वलापुढे ठेवी. ते अपुरे खाणे खाऊन ते पुन्हा झुलत राही.

असे होता-होता त्या अस्वलाच्या अंगावरचे तेज नाहीसे झाले. उपासमारीने ते हडकुळे झाले. खालचे झाडून काढणेही अलीकडे न घडल्यामुळे चिखलाने लडबडून त्याचे केस कसनुसे झाले. अंगाला घाण मारू लागली. जनावराची कळा पार गेली. ते भुतासारखे दिसू लागले. रोज उपासमार घडू लागली, तेव्हा रागाने स्वतःच्याच अंगाचे चावे काढून ते जनावर चमत्कारिक तऱ्हेने आक्रोश करू लागले. त्याचे ते केविलवाणे ओरडणे ऐकून लोक म्हणू लागले, ''हे जनावर आता जास्त दिवस जगणार नाही. ते मरणार!''

आणि अखेर झालेही तसेच. जुन्यापुराण्या, चिंध्यापांध्या जोडून तयार केलेल्या वाकळीत फार चावू लागले म्हणून नबीने अस्वलाशेजारच्या दगडी खिळग्यावर ती वाळत घातली आणि तो कुणीकडे निघून गेला. ती वाकळ घसरत खाली पडली आणि अस्वलाने पायाने ओढून जवळ घेतली. भुकेच्या पोटी ती चघळून खाल्ली. पोटभर खाल्ली.

नबी आला, तेव्हा ते मरून पडले होते. त्याचे नगाऱ्यासारखे फुगलेले पोट आभाळाकडे होते आणि त्याचे लांबोडके मुस्कट धुळीत बुडाले होते. एखादे जुन्या कापडाचे बोचके पडावे, तसे पाय फाकून ते दुर्दैवी जनावर अंगणात पडले होते.

हे बघून नबीला भडभडून आले. घरातले कोणी माणूस मरावे, तसा तो गळा काढून रडू लागला. लोक गोळा झाले. त्यांनी चौकशी केली. भुकेल्या पोटी जुनी वाकळ खाऊन अस्वल मेले, ही गोष्ट कळताच त्यांना रडावे की हसावे, ते कळेना. नबीचे सांत्वन करण्याऐवजी ते म्हणाले, ''नब्या गाढवीच्या, सगळी पांढर सांगत असताना तू कुणाचं ऐकलं नाहीस. मुक्या जनावराचा श्राप घेतलास!''

नबी कपाळ बडवून घेत म्हणाला, ''मेलो रे देवा, पार बुडालो! आता देशांतराला जाण्याची पाळी आली. माझं वाटोळं झालं!''

पण लोकांना दया आली नाही. ते बोलले, ''लेका, तू स्वतःच्या करणीनं ही वेळ ओढवून घेतलीस, त्याला कुणी काय करावं?''

मग चारचौघा महारांनी ते अस्वल गावाबाहेर नेऊन टाकले. घारी-गिधाडांनी त्याचा फन्ना उडविला.

नबी दरवेशी गाव सोडून जाऊ लागला, तेव्हा देना न्हाव्याने त्याला अडविले. चावडीपुढे चार वजनदार माणसे जमा करून तो म्हणाला, "तू खुशाल जा, पण माझे पैसे मला माघारी दे!"

नबी काही बोलला नाही. मुकाट खाली बसून धुळीवर रेघोट्या ओढीत राहिला.

मग लोकांनीच देनाला विचारले, "कसले पैसे देना? काय भानगड आहे तुमची?"

पण देना अजूनही व्यवहार चोरायला बघत होता. तो बोलला, "त्याला ठाऊक आहे, कसले ते!"

देनाने असे वावगे उत्तर दिले, धड तपशील सांगण्याची टाळाटाळ केली, तेव्हा लोक चिडले आणि निघून जाण्याची तयारी करीत म्हणाले, "मग तू आणि तो बघून घ्या. इथं आमचं काय काम?"

नबी आपला गप्प होता. त्याने वर बघितलेही नाही. लोक उठून जाऊ लागले, तेव्हा कावराबावरा होऊन देना म्हणाला, "अहो, जाता कुठे? माझे पैसे या दरवेश्यानं घेतलेत, त्याचं काही बघा!"

"अरे, पण तू नीट बोलतोस कुठं?"

"काय बोलू? ढेकळं? पन्नास रुपये देऊन बसलोय. आता याचं घ्यायचं काय? बोलून-चालून दरवेशी हा. ना आगा, ना पिच्छा!"

"पण पैसे कसले? तू दिलेस कशासाठी आणि कधी?"

मग मात्र खरे ते बाहेर पडले.

"अस्वल घेण्यासाठी यानं पैसे नेले, त्याला महिने झाले सहा. अजून तांबडा पैसा नाही दिला माघारी आणि आता मुकाट्यानं चाललाय गाव सोडून. याचं मी घ्यायचं काय?"

इतके दिवस न्हाव्याने गावकऱ्यांना ठकविले होते, त्याचा बदला त्यांनी घेतला. विचारले, "हे आम्हाला खरं नाही वाटत देना. तुझं तुला पोट भरण्याची पंचाईत आणि दरवेश्याला रुपये तू दिलेस कसे?"

न्हावी डोक्याचा, पण तो सटपटला. उसन्या अवसानाने म्हणाला, "खरं-खोटं विचारा की त्यालाच. काय रे नबी? पैसे नेलेस की नाही माझ्याकडचे!"

नबी काही बोलला नाही. खिशातला लहान चाकू काढून तो आपल्या पायाची नखं काढीत राहिला.

न्हावी चवताळून बोलला, "बोल की! आता का वाचा बसली तुझी?"

तरीही नबी गप्पच राहिला.

लोक म्हणाले, ‘‘बोल की रे दरवेश्या! अरे, हा न्हावी बलुत्यावर जगणारा. त्यानं तुला पैसे दिले कुठनं?’’

गावकरी बोलले, त्याला खाली बघूनच नबीने उत्तर दिले, ‘‘मी काय सांगू मायबाप! पाव्हणा आलोय या गावात. कमी-जास्ती शब्द तोंडातून गेला, तर जिवाला मुकीन. तुम्हीच काय तो विचार करा. माझी पायरी मला सोडून भागायचं नाही.’’

दरवेश्याची ही भाषा ऐकून लोकांनी न्हाव्यालाच दोष दिला. ते बोलले, ‘‘ह्यात तुझीच काहीतरी लबाडी आहे देना. तू अदावत घेतो आहेस या गरिबावर!’’

त्यासरशी न्हावी खवळून उठला, पण त्याला बोलायला तोंड नव्हते. कारण यापूर्वी अनेकांनी त्याला तू दरवेश्याला पैसे दिलेस का, म्हणून विचारले होते आणि त्याने साफ नाही म्हणून सांगितले होते. त्याचे तोंड दाबल्यासारखे झाले. आतल्या आत तो चडफडला आणि शेवटी निर्वाणीने बोलला, ‘‘दरवेश्यानं मारुतीच्या पायरीवर हात मारून सांगावं की, पैसे नाही घेतले म्हणून.’’

एकाएकी त्याचा आवाज चढला होता. उखळीचा बार जावा, तसा त्याचा हा आवाज गेला आणि तो थरथर कापत उभा राहिला.

क्षणभर चहूकडे शांतता पसरली. माना मुरडून लोक दरवेश्याकडे बघू लागले. खरेतर सगळ्यांना माहीत होते की, दरवेश्याने न्हाव्याकडून पैसे घेतले होते, पण देनाने लबाडी करून लोकांना ठकविले होते. त्यामुळे त्याचे हे पैसे दरवेशी न देईल तर बरे, असेच सगळ्यांना मनातून वाटत होते.

नबीखानने चाकू मिटवून खिशात घातला. तो बसल्या जागेवरून उठला आणि मारुतीच्या पायरीवर हात मारून कळवळ्याने लोकांना म्हणाला, ‘‘मी लेकरू, तुमच्या गावी जगायला आलो, पण माझं वाटोळं झालं. आता मला चारीकडून मारू नका. खरंतर मी न्हाव्याचं काही देणं लागत नाही.’’

त्यासरशी देना वहाण उपसून दरवेश्याला मारायला धावला, पण लोकांनी त्याला आवरले. तरी तो सारखा उसळ्या मारून ओरडू लागला, ‘‘हा लबाड बोलतो. लबाड आहे साला दरवेशी! मी शपथेवर सांगतो, माझे पैसे याने घेतलेत. उगीच एखाद्यावर आळ घ्यायला मला खूळ लागलंय काय? त्याला चेपलीनं बडवा, म्हणजे तो कबूल करील. बायली, मुसलमानाची जातच असली!’’

आणि दातओठ खाऊन तो दरवेश्यावर धावून जाऊ लागला, तेव्हा चार लोकांनी धक्के मारून त्याला घराकडे हाकलले.

त्याच दिवशी नबीखान गाव सोडून परमुलखाला गेला.

■

१२.

माझं गुणी जनावर

माझ्या उमेदीच्या काळात माझ्या मनात आलं की, खूप प्रवास करावा, वेगवेगळे अनुभव घ्यावेत आणि लिहावं. प्रपंचाच्या लिगाडात गुंतून न राहता हा लेखनाचा छंद आयुष्यभर करावा आणि पाठीशी पिशवी मारून मी पायीच वणवण हिंडू लागलो. उभा माणदेश पायांखाली घालू लागलो.

एका स्वच्छ सकाळी बेताची वस्ती असलेल्या एका गावापाशी हिरवळीवर चरत असलेलं एक तट्टू मी बघितलं; पांढऱ्याशुभ्र रंगाचं आणि बांधेसूद. उन्हानं चमकणाऱ्या त्या हिरव्यागार रानावर हे पांढरं जनावर मखमलीवर ठेवलेल्या पाणी-मोत्यासारखं दिसत होतं. पाठीवरचं ओझं सावरीत मी त्याला बराच वेळ न्याहाळीत उभा राहिलो. माझं जाड घोंगडं, उशी, सगळा प्रवासबोजा वागवायला हा प्राणी अतिशय उपयोगी आहे, असं मनोमन पटलं, तेव्हा त्याच्या धन्याची चौकशी करीत गावात शिरलो.

गावाच्या कडेला लागूनच त्याचं झोपडं होतं. बाहेर वैरणकाडी रचलेली. कोंबड्या हिंडत असलेल्या. समोरच उकिरडा. त्याच्या शेजारी दोन झिप्री पोरं गदी खोदून खड्यानं खेळत असलेली. बाहेर एका बाजूला घोंगडी विणायचा एक हातमाग.

माणदेशातल्या चार सामान्य घरांप्रमाणेच हे घर आणि इथलं वातावरण होतं.

बुटक्या दारातून मी वाकून बघितलं. आत अंधार दिसला, तेव्हा मी हाळी दिली, “मालक आहेत का घरात?”

‘ओ’ न देताच एक मध्यम वयाचा सणगर बाहेर आला. बुटक्या दारातून

वाकून आला आणि रामराम घालून बोलला, ''या, बसा.''

हिरवळीवर चरत असलेल्या घोड्याकडे बोट दाखवून मी विचारलं, ''हे जनावर तुमचं का?''

''हो, माझंच.''

''विकायचं का?''

''भाव चांगला आला, धनी उत्तम मिळाला; तर विकू!''

दरम्यान, अंगाचा पसारा बहुत असलेली त्याची बायको आणि अर्धाएक डझन पोरं बाहेर आली. गावात नव्यानं आलेल्या वानराकडे बघून करावेत तसे चमत्कारिक आवाज त्यांनी केले. आपली शेंबडी नाकं सुरूसुरू वाजवीत आणि कमरेच्या करदोड्याशी चाळा करीत ती माझ्याभोवती जमा झाली. त्यांची मोठी बहीण तोंडाला पदर लावून आईपाशी उभी राहिली.

मी गंभीरपणे म्हणालो, ''दाम किती घेणार?''

सणगर एकवार खाकरला. बाजूला तोंड करून थुंकला. आपल्या तोकड्या मिश्यांवरून हात फिरवत त्यानं आपल्या बायको-मुलांकडे बघितलं आणि धूर्तपणे उत्तर दिलं, ''तुम्ही काय द्याल?''

''प्रथम सांगा तर खरं!''

''तुमची उडी किती आहे, ते कळू द्या. मग मी सांगतोच.''

''हे बघा, जनावर तुमचं आहे. पैसा देणारा मी आहे. किंमत सांगा. परवडली तर मी देईन. नाहीतर नाही म्हणेन. माझे पैसे माझ्यापाशी, तुमचं जनावर तुमच्यापाशी!''

''साहेब, तुम्ही जनावर नीट बघा. असलं गुणी जनावर उभ्या माणदेशात तुम्हाला दिसणार नाही. याच्यावर स्वार होऊन खुशाल मोटारीबरोबर पळवा की! बिशाद काय मोटारीची याला मागं टाकण्याची!''

''म्हणूनच म्हणतो, किंमत सांगा. पटली तर घेऊन टाकू!''

यावर सणगर हातवारे करून सभ्यपणानं म्हणाला, ''तुमच्याकडून किमतीपेक्षा चार आणे जास्त घेतले, तर खंडोबाची शपथ! मला लबाडीचा पैसा नको. तो कुठपर्यंत पुरणार?''

आपल्या सद्वर्तनी बाण्याबद्दल त्यानं मला पुन:पुन्हा ऐकविलं. या जगात माणसाच्या जातीत जन्माला येऊन पैसा मिळवण्यापेक्षा चांगुलपणा मिळवण्याचा त्याचा निश्चय असल्याचं त्याने जाहीर केलं.

''साहेब, जनावराचे गुण बघा. त्याला वैरणीची जरुरी नाही. सकाळी खुशाल सोडा रानामाळात. ते पोटभर चरेल आणि पोट भरल्यावर तुमच्या दिमतीला हजर राहील.''

"होय, पण त्याची किंमत?"

"आणि जरी आपल्यासारख्या ऐपतवान माणसानं मूठभर हरभऱ्याची डाळ घालून तोबरा दिला, तरी ते त्यातली अर्धी मूठ डाळ खाईल आणि अर्धी पुन्हा खाण्यासाठी राखून ठेवील!"

आपण सांगितलेली ही गोष्ट मला खरी वाटणं शक्य नाही, अशी शंका घेऊन तो पुन्हा हातवारे करून म्हणाला, "तुम्हाला खोटं वाटतं साहेब? खोटं बोलीन, तर आई अंबाबाई माझं वाटोळं करील. त्याची ही आदत जुनी आहे. माझ्या घरवालीला विचारा. कधीमधी घरातली डाळ संपली आणि सणवार आला, तर ही हळूच माझ्या जनावरानं केलेला साठा चोरते आणि आम्हाला पुरणपोळ्या करून घालते."

बायकोनं होकार दिला आणि आतल्या बाजूला कोनाड्यात रेशमी कापडावर ठेवून पूजा केलेला चांदीचा टाक दाखवून ती बोलली, "ही अष्टभुजादेवी. कशी आली आमच्या घरी, ते धन्यांना पुसा!"

सणगर गहिवरला. "साहेब, माझ्या देवगुणी जनावरावर बसून मी एकवार औंधाच्या भवानीला गेलो. दर्शन घेऊन परत येताना एकाग्र चित्तानं मी देवीला आळवत होतो. 'आई, तू माझ्या गरिबाच्या झोपडीत ये. तुझी कृपा आमच्यावर असू दे!' असं म्हणत-म्हणत घरी पोचलो. जनावराचं खोगीर काढलं आणि त्याला गोंजारताना माझ्या ध्यानात आलं की, त्याने आपला पुढला उजवा पाय वर धरला आहे. काटा लागला असेल, म्हणून मी बघू लागलो. तो साहेब, त्याच्या टापेबरोबर हा टाक आला होता!"

सणगरानं भक्तिभावानं हात जोडले. बायकोनं त्याचं अनुकरण केलं. पोरांनी आईला साथ दिली!

मी हे ऐकून घेतलं आणि हलक्या आवाजात चौकशी केली, "आपल्या धन्याचं आणि दुसऱ्याचं शेत यातला फरक या शहाण्या जनावराला कळतो का?"

सणगरानं दोन्ही गालांवर मारून घेतले.

"तोबा तोबा! साहेब, असं बोलूच नका. गावच्या शाळामास्तरापेक्षाही माझं जनावर जास्ती प्रामाणिक आहे. माणदेशातली सगळीच जनावरं अशी असती, तर राखणीची आणि काट्या-कुंपणाची जरूरच कुठं लागली नसती!"

आतापर्यंत बरेच गावकरी आमच्याभोवती गोळा झाले होते. जनावरही चरत-चरत जवळ आलं होतं. इतका वेळ गप्प असलेल्या सणगराच्या बायकोला वाचा आली. आपल्या राठ शब्दांत ती बोलली, "आमचा हा मधला पोरगा एकदा भर पुरात सापडला, तेव्हा या जनावरानं पाण्यात उडी घेतली आणि

त्याला धरून काठावर आणला!''

आणि दुजोरा घेण्यासाठी तिनं सणगराकडे बघितलं.

अपराधी चेहरा करून तो बोलला, ''अगं, होय गं, होय! मी ही गोष्ट विसरलोच!''

त्यावर सणगरीण फणकारली, ''ऊं! काय ध्यानात ठेवता तुम्ही! आणि बरं का हो साहेब, एकदा असंच तुम्हांसारखं एक गिऱ्हाईक आलं...''

त्याबरोबर चाणाक्ष सणगराची आठवण उसळी मारून वर आली.

''हां – हां, शंभर रुपये देणारा तो मुशाफीर, जरीचा फेटा बांधलेला. हां साहेब, असलं तालेवार गिऱ्हाईक आलं! मीही पैशाच्या अडचणीत होतो. सौदा पटला. शंभर मोजून घेऊन मी जनावर त्याच्या हवाली करण्यासाठी बघू लागलो आणि माझं आतडं कळवळलं. भिंतीकडे तोंड करून ते डोळे गाळीत उभं होतं!''

सणगरीण बोलली, ''माणसासारखं जनावर! डोळ्यांतनं धारा लागल्या त्याच्या. तेव्हा मीच यांना म्हटलं, चुलीत घाला ते शंभर रुपये! माझं जनावर विकायचं नाही.''

''हळू बोल.'' बायकोला डिवचून सणगर कुजबुजला, ''तो ऐकतेय सगळं. त्यानं कान उभे केलेत.'' आणि अतिशय अभिमानानं आपल्या जनावराकडे बघू लागला.

मग मी ठामपणे बोललो, ''मी त्याचे चाळीस रुपये देईन!''

माझ्या या बोलण्यानं त्यांना विलक्षण आश्चर्य वाटलं. ती वात्रट पोरं माझ्याकडे संशयी नजरेनं बघू लागली. एकानं तर हळूच माझ्या खिशात हात घालून तो मोकळा तर नाही ना, याची खात्री करून घेतली.

सणगरानं आश्चर्यानं विचारलं, ''साहेब, चाळीस रुपये?''

''हो, चाळीस.''

त्यासरशी सणगरीण किंचाळली, ''माझं देवगुणी जनावर गाढवाच्या मोलानं मागता काय हो? असं बोलताना तुम्हाला काही वाटत नाही काय हो?''

मी पुन्हा गर्जून माझा निश्चय जाहीर केला, ''मी केवळ चाळीस रुपये देईन. जास्ती नाही.''

किमतीच्या बाबतीत माझा निश्चय बदलण्याचं चिन्हं दिसेना, तेव्हा सणगर हात जोडून म्हणाला, ''सरकार, तुम्ही भले दिसता. माझी नड आहे. मला आणखी वीस रुपये जास्ती द्या. का, तर माझी थोरली मुलगी!''

आईशेजारी उभ्या राहिलेल्या लेकीनं जिभेचा आवळा गालात ठेवून नजर खाली केली. रूपानं ती दहा जणींसारखी होती, पण वयात आल्यामुळे तिच्या

साध्या रूपाला विलक्षण तजेला आला होता.

आईनं तिला कुरवाळलं आणि खुलासा केला, ''माझी लेक लग्नाला आली. सोयरीक ठरलीसुद्धा, पण तो बाबा दोनशे रुपये मागतोय. आम्ही कसं करावं?''

मग मी घाबरलो. 'घोड्याची किंमत दोनशे असली, तर आणखी पैसे घालून एखादी मोटारच घेतलेली काय वाईट?'

माझा घाबरलेला चेहरा बघून सणगर बोलला, ''माझ्यापाशी पैसे आहेत साहेब, पण त्यात साठ रुपये कमी आहेत. तेवढे द्या आणि जनावर घ्या. माझी लेक चांगल्या घरी पडू द्या!''

मला कणव आली. साठ रुपयांवर सौदा मिटवून मी घोडं घेतलं. सणगरानं त्याच्यावर सरंजाम घातला. मी माझ्या मुशाफिरीवर निघालो. सणगराची पोरं, बायको आणि भाऊबंद मला पोचवायला वेशीपर्यंत आले. घोड्याला कसं वागवावं या विषयी त्यांनी मला हजारो सूचना दिल्या. त्याला नेहमी सावलीत बांधावं. कुठंही आणि कशाही परिस्थितीत दोन मुठी हरभरे चारावेत. वाळल्या दोडक्याच्या सांगाड्यानं त्याला नीट खरारा करावा आणि कधी चुकूनसुद्धा त्याच्या मऊसूत अंगावर तरवडाची वा चिंचेची पातळ छपाटी ओढू नये!

प्रत्येक जण आपापला मजकूर सांगत होता. पुन:पुन्हा घोड्याला गोंजारून थोपटत होता. एखाद्या वेड्याभोवती चालावा तसा गोंगाट माझ्याभोवती चालला होता.

अखेर मी सर्वांचा निरोप घेतला. त्या क्षणी ओंजळीत तोंड लपवून सणगराची लग्नाला आलेली लेक रडू लागली.

''माझ्या लग्नासाठी दारचं घोडं आता कायमचं गेलं की गं आई!'' असा तिनं गळा काढला. सणगर, त्याची मुलं आणि बायको सगळीच रडू लागली.

मी विलक्षण शरमून गेलो. शहाणपणाचे चार शब्द सांगून मी मोठ्यांना शांत केलं, पण पोरं राहीनात. अखेर प्रत्येकाच्या हातावर एकेक आणेली ठेवली, तेव्हा त्यांची तोंडं मिटली आणि मग गडबडीनं मी सर्वांचा निरोप घेतला.

तो सगळा जमाव दृष्टीआड झाला, तेव्हा वाटेकडच्या एका धोंड्यावर उभा राहून मी माझ्या गुणी जनावरावर टांग टाकली आणि परमेश्वराच्या कृपेनं माझं एकशेसाठ पौंड ओझं आणि इतर बोजा घेऊन तो शहाणा प्राणी दुडक्या चालीनं चालू लागला! खरोखर पायांतल्या जाड वहाणा ओढत कोसन् कोस तंगड्यातोड करण्यापेक्षा घोड्याच्या पाठीवर बसणं किती मजेदार होतं!

आजूबाजूला कुणी नाहीसं बघून मी हिंदी चित्रपटातील गाणी मोठ्यानं 'हाय हुईऽ'सकट ओरडलो. ती संपल्यावर तमाशातल्या चावट लावण्या आणि त्याही संपल्यावर 'रूप पाहता लोचनी' वगैरे लोकप्रिय अभंग!

वाटचालीनं कंटाळा आल्यावर विड्या ओढीत माळावर आरामात बसलो आणि हिरवं गवत दातांनी कुरतडत, वरचेवर फुरफुरत माझं जनावर माझ्याभोवती हिंडलं.

अशा प्रकारे दर कोस, दर मजल करीत आम्ही रात्री एका खेड्यात येऊन मुक्काम ठोकला.

रात्री धर्मशाळेत आडोसा बघून मी त्याला बांधून घातलं आणि माझी प्रवासी वळकटी पसरली. त्या रात्री माझे पाय दुखले नाहीत. निवान्त झोपलो.

पहाटेच्या सुमारास कोंबड्यांनी बांग दिली, बायकांनी दळणं घातली, तेव्हा जागा झालो. समोर दिसणारं आकाश निवळत चाललं होतं आणि चांदण्या विझू लागल्या होत्या. पहाटेचे गार वारे पिकांचा वास घेऊन वाहत होते. या सुरेख वेळी माझा नवा मित्र काय करतो आहे, हे बघण्यासाठी वीजबत्ती पेटवून बघू लागलो, तर तो जाग्यावर नव्हता. मी धडपडून उठलो आणि धर्मशाळेच्या मागं- पुढं शोधलं, पण मागमूस लागेना. रात्री कुणी चोरानं त्याला सोडवून नेलं नसेल ना, या शंकेनं मी व्याकूळ झालो आणि उजाडल्यावर गावच्या पाटलाकडे जाऊन वर्दी दिली, तेव्हा तो अनुभवी माणूस बोलला, ''पाव्हणं, मी वर्दी घेतो, पण त्यापूर्वी एक करा!''

''काय?''

''आपण घोडं ज्या मालकाकडून आणलं, त्याच्याकडे चौकशी करा.''

''म्हणजे?''

''काही जनावरांना अशी खोड असते. नव्या मालकाच्या घरून पळून ते जुन्या मालकाचं घर गाठतं!''

पाटलाचे बोल मला पटले नाहीत. माझ्या गुणी जनावराला असली काही खोड असेल, असं मला वाटलं नाही, तरीपण मनाच्या समाधानासाठी पाठीशी बोजा टाकून सर्व प्रदेश पायांखाली घातला. वाटचालीनं आणि घोड्याच्या खोगिराच्या ओझ्यानं दमगीर झालो, तेव्हा मला त्याची याद येऊन गहिवरून आलं! स्वतःच्या नशिबाला बोल लावीत सणगराच्या घरी आलो आणि काय आश्चर्य! पाटीत हरभऱ्याची डाळ घेऊन सणगर माझ्या घोड्याला चारीत होता आणि शेपूट उडवत ते ती खात होतं!

मला बघताच सणगर उत्साहानं म्हणाला, ''बघा साहेब, माणूससुद्धा धन्याला विसरतो, पण जनावर विसरत नाही आणि त्यातल्या त्यात हे जनावर तर मुळीच विसरणार नाही!'' आणि प्रेमभरानं त्यानं घोड्याचा मुका घेतला.

मी त्याच्या म्हणण्याला होकार दिल्यावर त्यानं सूचना दिली, ''आता लगेच त्याला दामटू नका. आजच्या दिवस विश्रांती घ्या आणि उद्या ताज्या दमानं निघा!''

मोटारीला मागं टाकणाऱ्या या गुणी जनावराला विश्रांती देऊन मी दुसऱ्या दिवशी निघालो. सणगराची सर्व मंडळी मला निरोप द्यायला जमली. डोळ्यांत पाणी आणून सणगरीण मला म्हणाली, ''जा, नीट सांभाळा त्याला. इकडची आठवण होईल अशी वागणूक दिली नाही, म्हणजे खुशीनं तुमच्यापाशी राहील!''

मग पुन्हा सर्व जण वेशीपर्यंत आली. पुन्हा रडारड झाली. समजावणी झाली आणि अखेर मी आणि माझं जनावर रस्ता कापू लागलो.

या खेपेला मी अधिक शहाणा झालो होतो. रात्री धर्मशाळेत झोपताना त्याचं दावं खांबाला न बांधता मी माझ्या हाताला बांधलं. जुन्या धन्याची मध्यरात्री आठवण येऊन त्यानं काचू मारला, तरी माझ्या हाताला हिसका बसावा आणि मी जागं व्हावं, यासाठी असा बंदोबस्त केल्यावर मी अंथरुणावर विडी पीत बसलो.

बराच वेळपर्यंत जागा राहून घोडं ठिकाणावर आहे की नाही, हे मी पाहत होतो आणि प्रत्येक वेळी दिडक्या पावलावर उभं राहिल्या-राहिल्या झोप घेणारं ते प्रामाणिक जनावर मला दिसत होतं आणि अशा स्थितीतच मी झोपी गेलो.

सकाळी उशिरा जागा झालो, तेव्हा दावं माझ्या हाताला तसंच होतं आणि मला हिसका न बसेल अशा बेतानं ते कातरून सणगराचं हिकमती घोडं पसार झालं होतं! या वेळी मी त्याला दुसरीकडे मुळीच शोधलं नाही. रूटमार्च करीत तडक सणगराच्या गावी जाऊन त्याला घेऊन आलो आणि रात्री झोपताना त्याच्या गळ्यात भलीमोठी साखळी घातली, पण माझ्यापेक्षा ते अधिक हुशार होतं. साखळी कातरण्याचा मुळीच प्रयत्न न करता तिच्या फासातून अलगद डोकं काढून घेऊन त्यानं जुनं घर गाठलं.

असा प्रकार आठ-दहा वेळा झाला!

या वेळेपर्यंत तो सर्व प्रदेश किंबहुना वाटेतली सर्व खेडी आणि त्यातले रहिवासी माझ्या चांगल्या परिचयाचे झाले होते. अखेर जेव्हा मी सणगराच्या घरी

गेलो, तेव्हा त्याची मुलगी अद्यापही लग्न होऊन सासरी गेल्याचं दिसलं नाही. मग मी चौकशी केली.

"मुलीचं लग्न केव्हा?"

सणगर म्हणाला, "काय सांगू साहेब? तो माणूस नाही, जनावर आहे. मी त्याला दोनशे रुपये द्यायला गेलो होतो तेव्हा तो म्हणाला, 'आता भाव वाढला. मला पाचशे पाहिजेत!' आता इतकी रक्कम मी कुठनं आणू? पोरीचं लग्नं कसं करू?"

माणदेशातलं सगळं दारिद्र्य आठवून मी काही वेळ गंभीरपणे विचार केला आणि सणगराला स्वच्छपणे म्हणालो, "मी तुझ्या मुलीशी लग्न करीन."

तो भला माणूस क्षणभर बावरला आणि मग त्यानं त्याची पोरगी आनंदानं माझ्या पदरात टाकली.

आता माझं लग्नं झालं आहे. प्रवास, लेखन वगैरे छंद सोडून मी माझ्या खेड्यात बिऱ्हाड थाटून पोटापाण्याची काळजी करीत राहिलो आहे. सणगराच्या मुलीची कूसही आपल्या आईप्रमाणे सुपीक आहे. माझं लहान खोपटं हल्ली मुलांनी गजबजलं आहे आणि माझ्या बहुगुणी जनावराची जुनी खोड अद्यापही गेलेली नाही. अद्यापही ते रात्री आपल्या धन्याकडे पळून जातं. मग माझा सासरा त्याला पोचवण्यासाठी त्याच्यावर बसून माझ्या घरी येतो. चार दिवस राहतो. मुलीच्या आईला तिला बघायची आहे, असं सांगून माझ्या बायकोला त्याच घोड्यावर बसवून गावी जातो. चार-सहा महिने पोरांबरोबर झट्या घेत मला काढावे लागतात आणि मग घोडं अन् मुलगी पोचवायला म्हणून सासरा येतो. निरोप घेऊन परत जाऊ लागतो, तेव्हा त्याची प्रेमळ मुलगी म्हणते, "पायी जाऊ नका. घोडं न्या. गड्याकडून धाडा, म्हणजे झालं!"

आणि तो ते ऐकतो. घोडं घेऊन जातो. चार-सहा महिने त्याचा आणि घोड्याचा पत्ता नसतो. मग केव्हा तरी सणावाराच्या अगोदर तो अचानक येतो, घोड्यावर बसून येतो आणि हलक्या शब्दांत मला म्हणतो, "मुलीला पंचमीसाठी न्यावी म्हणतो; धाडता का?"

असं चाललं आहे!

■

१३.
गोकुळा

गुडघ्याएवढा पोर असल्यापासून मी गोकुळाला पाहतो आहे. तिच्याबरोबर मी शेरडं राखायला गेलो आहे. तिनं गाडग्यात शिजवलेलं दोडक्याचं कोरड्यास आणि तळहाताएवढी भाकरी खाण्यासाठी तिच्या चुलीपुढे स्वयंपाक होण्याची वाट बघत बसलो आहे.

गोकुळा अंगापिंडानं चांगली रोहिल्यासारखी आहे. तिचा रंग गव्हाळ आहे. चेहरामोहरा नीटनेटका आहे. वागणुकीचा थाट मुजोर असला, तरी तो मुजोरपणा बाईचा आहे; पुरुषी नव्हे. हिरव्या-तांबड्या लुगड्याचा घोळ एका हातानं उचलून धरून दुसऱ्या हाताचा झपाटा मारीत ती रस्त्यानं चालली म्हणजे क्षणभर थांबून तिच्याकडे बघावं वाटतं!

तिचं हसणं आणि नखरेबाज बोलणं यावरून घटका-अर्धघटकेत वाटतं की, ही बाई उठवळ मैना आहे आणि ते खरं आहे. तुमच्या-आमच्या नीतीच्या, शीलाच्या कल्पना तिला ठाऊक नाहीत. मन बसलं तिथं दान देऊन ती मोकळी होते. खूश होते. मग तिला कुणी गरतीची म्हटलं नाही, तरी तिला त्याची फिकीर नाही.

पोरपणीच तिची ही वृत्ती हेरून तिच्या रंडक्या आईनं तिला एका भक्कम पोराच्या पदरात टाकली आणि सारख्याला वारखं मिळालं, या समाधानानं सुस्कारा सोडला. हा गोकुळाचा कुंकवाचा धनी मनाचा हिरवट आणि हाडाचा पैलवान होता. सांजसकाळ धारोष्ण दूध पिऊन त्याची गर्दन रवेबाज झालेली होती. तालमीतल्या मातीनं त्याचं अंग आणि धोतर-कुडतं हमेशा पुटावलेलं असे. त्याची स्वतःची कुणबिकीही चांगली होती. वर्षभर 'काळी' कसून पिकाची उस्तवारी तो बारकाईनं करी. घरात धान्याच्या ठेली रची. या कामात त्याला भागीदार कुणी नव्हतं. सारं एकट्यालाच बघावं लागे.

गोकुळासारखी उफाड्याची बाई मिळाली, तेव्हा त्यालाही बरं वाटलं! गावातली वस्ती सोडून तो रानातच गेला. विहिरीनजीक टिकाऊ झोपडं उभारून त्यातच त्यानं संसार थाटला.

पण गोकुळा धडपणानं संसाराला कधीच लागली नाही. कुणबाव्याची उस्तवारी ती करी, पण त्याबरोबर तिचा हा बाहेरचा नाद सुटला नाही.

गावातली चार कार्टी या ना त्या कारणानं दिपाच्या रानात घिरट्या घालायची. त्याला भेटण्याचं निमित्त करून घरात शिरकाव करायची आणि गोकुळाशी गप्पा करीत बसायची, हसायची, खिदळायची. मांगाच्या दायापासून मुसलमानाच्या कमऱ्यापर्यंत रंगात आलेली पोरटी दिपाच्या रानात जाऊन 'भादवा' माजवायची.

प्रथम-प्रथम सरळसडक मनाच्या त्या रांगड्या गड्याला या गोष्टीचा उमज पडला नाही. (आणि तसा तो 'नरम'च, हे मागाहून कळून आलं!) पण मग ही गोष्ट त्याच्या डोक्यात आली. मग मनातला राग अनावर होऊन त्यानं एकदा गोकुळाला डाफरलं, "पोरं कशाला गं येत्यात ती ईळतिंदा? मला नाही खपायचं हे!"

त्यावर तिनं गुर्मीत उत्तर दिलं, "मी काय आवातनं देतीया त्येस्नी? तुमच्याकडंच येत्याती. आन् का बिघाडलं आली म्हणून?"

"मग तू कशाला हसत बसतीस?"

"बोललं घटकाभर, तर कुठं बिघडलंया त्यात?"

"बोलू नगंस तोंड वर करून. तुझं हे सगळं रंग कळत्यात मला. आजपासून कुणी पोर आलं, तर याद राख! माज्याशी गाठ हाय. बरगड्या काढून खुटीला अडकवेन."

असा दम भरून दिपा बाहेर पडला. यावर फणकाऱ्यानं काढलेला 'व्हय' हा गोकुळाचा अभिप्राय त्याच्या कानावर आला नाही.

दिपाजी एवढ्यावर थांबला नाही. मनातल्या खवखवीचा सुगावा लागू न देता त्यानं त्या नादावल्या पोरांनाही दम भरला. 'माझ्या रानातला पायंडा कमी करा' असं बजावलं. पोरं दबकली. येईनाशी झाली; पण त्यांतली एक-दोघं पक्की होती. ती कचरली नाहीत. चोरून-मारून त्यांनी आपला वग ठेवलाच.

अशा गोष्टी फार दिवस लपून राहत नाहीत. त्यांना वाचा फुटते. गावात गवगवा झाला. दिपाच्या कानांवर आला. तो मागावर राहिला. जणू आपण या गावचेच नाही, असं दाखवून वागू लागला. त्याला गोकुळाला मुद्देमालासकट पकडायची होती.

एका शनिवारी उशीर करून तो नजीकच्या गावी असलेल्या बाजारला निघाला. गोकुळाला म्हणाला, "उशीर हुईल गं, राती वाट बघू नगंस. रातच्या रात तिथंच राहून सकाळी दिस उगवायला माघारी येतो."

आणि धोतर काखेला मारून गेला. मुद्दाम गावातल्या करम्याच्या घरावरून

गेला. त्याला ऐकू जाईल अशा बेतानं त्यानं समोर भेटलेल्या ज्योतिबा पाटलाला आपण बाजाराला जात आहोत, असं सांगितलं आणि तो गेला.

दिवस मावळून अंधार होईपर्यंत रानात हिंडला आणि सावकाश माघारी आला. पिकाच्या आडून-आडून लपत आपल्या वस्तीवर आला आणि अचानक त्यानं कवाडावर थाप टाकली.

धट गोकुळानं ते उघडलं आणि ती 'सायना संगीत' सापडली! दार उघडताच डुकरासारखी मुसंडी मारून करम्या पसार झाला! आणि दातओठ खात पुढे झालेल्या दिपानं कोपऱ्यातली काठी घेऊन गोकुळाला झोडपली. बेसुमार ठोकली. हातातली काठी मोडून तिचे तुकडे झाले, तेव्हा तो थांबला. धापा टाकत ओरडला, "मर... मर... वढून वढ्याला टाकतो... घारी-गिधाडं खातील!..."

काही दिवस गेले. नवऱ्याच्या बेसुमार मारानं दुखावलेली गोकुळा सुधारली, नीट हिंडू-फिरू लागली. तिच्या पहिल्या वागणुकीत काडीइतकाही बदल झाला नाही. पहिले पाढे पंचावन्न. गावातल्या एका वाळक्या बामणाशी अलीकडे तिचं नव्यानंच सूत जमू लागलं होतं.

आणि मग एकाएकी दिपाजी मेला! गोकुळाच्या कुंकवाचा धनी हरपला. ती रंडकी झाली. दिपा का मेला, कसा मेला हरी जाणे!

कोण म्हणालं, थंडीतापानं मेला. कोण म्हणालं, गोकुळानं त्या ईख घालून मारला. कोणी निर्वाळा दिला, तिनं काचा कुटून त्याच्या जेवणात घातल्या. काही का असेना; दिपाजी मेला, एवढं खरं.

जमिनीवर इसारपत्र करायच्या निमित्तानं ती एकदा आमच्या घरी आल्यावर मी हळूच विषय काढला आणि सहानुभूतीच्या स्वरात म्हणालो, "गोकुळा, दिपाजी गेला, वाईट झालं. तू उघडी पडलीस. आईचा आधार होता, तीही गेली. पोटी मूलबाळ नाही. कसं व्हायचं तुझं? दिपाजीला एकाएकी झालं तरी काय?"

तशी ती बोलली, "मेला भाड्या आपल्या मरनानं. असला नवरा असला-नसला सारकाच. माजं काय वं, मी काय लुळीपांगळी हाय?"

"तसं नव्हे, पण माणसाला कुणाचा तरी आधार लागतो. त्यात बाईमाणसाला तर लागतोच लागतो."

"हैत की तुमच्यासारखं चार भाऊ! तुमी का मला टाकताय? नडलं-अडलं तर काणाडोळा करताय? तशी चार मानसं मी मिळवलीती!"

अलीकडे वाळक्या अंगलटीचा, वयानं कोवळा असलेला बाळक्या बामण गोकुळाच्या पाठी-पाठीमागं फिरताना दिसत होता, या गोष्टीचं मला मोठं आश्चर्य वाटत होतं. कारण बाळक्याला असलं काही आवरण्यासारखं नव्हतं. गोकुळाच्या पुढे तो एखाद्या पिटुकल्या उंदरागत दिसायचा. शेजारच्या एका वाडीत तो शाळामास्तर होता. सोळा रुपये आठ आणे पगारात प्रपंच चालवता-चालवता अंगानं उत्तरोत्तर वाळतच चालला होता. त्याला या भानगडी जमणार कशा? पण मी त्याला त्या गोष्टीची ओळख दिली नाही. त्याच्यापाशी कधी बोललोही नाही. बाळक्या गोकुळाबरोबर बाजारहाटाला सोबतीनं जात होता. दिवस मावळून गेल्यावर बोलत-चालत परत येत होता.

बरेच दिवस हा क्रम चालला आणि एकदा त्यानं होऊनच ही गोष्ट माझ्यापाशी काढली. म्हणाला, ''च्यायला, काय बाई आहे रे!''

''कोण?''

''ही गोकुळा, दिपाजीची!''

''का बाबा? काय झालं?''

''अरे, सोबतीला बरा आहे हा पठाण, म्हणून मी नेहमी बाजारहाटाला तिच्या सोबतीनं जात होतो. नडी-अडीला तिच्या घरचे चार-आठ पायली जोंधळे मिळतात, म्हणून मी आपला लागून होतो तिला.''

''बरं, मग?''

''परवा चक्क तिनं मला विचारलंन रे!''

''काय?''

बाळक्या थोडासा लाजला, शरमला.

''...म्हणाली, बामणाचं काम आन् सा म्हयनं थांब. काय वं ह्ये असलं तुमचं बाळकुवा? आलं मनात की, नेलं कोन्यात असं असावं मानसानं. अरे, मी चाट पडलो. घामाघूम झालो.''

बाळक्याच्या या हकिगतीनं चेकाळून मी खूप हसलो. म्हणालो, ''हात् लेका!

तो अगदी बिचारा पडला! गयावया करून म्हणाला, ''ए, बोलू नकोस हं कुठं!'' आणि खाली मान घालून तो सटकला.

उत्तान गोकुळानं गावात असा बराच गोंधळ घातला. मग तिचं तिलाच काय वाटलं, कोण जाणे. गावातला एक सधन कुणबी बाप्या बघून ती राजरोस त्याच्याशी संबंध ठेवू लागली. त्या विषयी कुणी विचारलं तर ती उत्तर देई, ''धा घरं हिंडण्यापरीस एकच चांगलं बळकट बघून धरावं, म्हणजे बरं.''

पण हेही घर तिनं बळकट धरलं नाहीच. पहिले-पहिले दिवस मजेत गेले, पण पुढे तिला जाच होऊ लागला. तिचा नवा धनी तिला रोज बुकलू लागला, तेव्हा तिनं गावच्या पाटील-कुलकर्ण्यांशी संधान बांधलं आणि एके दिवशी मध्यान रात्री त्याला आपल्या घरी बोलावून घेतला. तो आत उघडावाघडा असतानाच काही निमित्त करून ती बाहेर आली आणि कवाडाला बाहेरून कडी घालून बोलली, ''माझ्या घरात शिरला, माज्या अंगाशी झटला.''

धावाधाव झाली; पोलीस पाटील, रखवालदार जमा झाले. त्यांनी कडी काढून त्याला धरला आणि त्याच्यावर खटला भरला. बिचारा तुरुंगात पडला.

गोकुळा म्हणाली, ''भाड्याला असंच पायजे! माज्यासंगं शिरजोरी करतोय? असली तर सुतावानी हाय मी; बिघडली की भूत हुईन!''

तिच्या अशा वागण्यानं गावात गोंधळ झाला. ही ब्याद गावाबाहेर हाकलून द्यावी, म्हणून जो-तो बोलू लागला. तिच्या भावकीतले लोक चिडले आणि प्रसंग गाठून तिला झोडपायची आणि नाक कापून पिटाळायची, असा कट त्यांनी रचला; पण या कटाचा सुगावा लागताच गोकुळा गावातनं पसार झाली. ती कुठं गेली, त्याचा पत्ता नाही.

दोन वर्षं ती गावाकडे फिरकली नाही. परवा आली ती इरकली लुगडं नेसून, पायांत भल्या मोठ्या साखळ्या घालून आणि नाकात नथ अडकवून!

मी सोप्यात उभा होतो. ती ठाणठाण जोडवी वाजवत आली आणि पदर सावरीत म्हणाली, ''पाया पडत्ये दाजीबा!''

खाली वाकून पाया पडली आणि उठली. पाहिलं, तर तिच्या भुंड्या कपाळावर कुंकवाचा टिळा!

''अगं, काय गोकुळा! कुठं आहेस? कुठं नाहीस? काही पत्ता तुझा?''

त्यावर लाजत-मुरकत ती बोलली, ''तकडं खानदेशात हुत्ये, धुळ्याला! पाट लावलाय. मालक तकडंच हैती. बेस हाय आता. देवाला आलीया हकडं!''

''भले! कुठाय तुझा मालक? दाखव तरी एकदा.''

गोकुळाचा मालक मी पाहिला. भला आडदांड, रंगानं काळाभोर असा भक्कम गडी होता. धुळ्याला त्याची कोळशाची वखार होती आणि पहिल्या बायकोपासून झालेली दोन-चार पोरंही त्याला होती.

मी मनात म्हणालो, 'ठीक, आता हा किती महिने राहतो बघू!'

■

१४. कमळी

आता हा डिसेंबर चालू आहे. तो बघता-बघता जाईल आणि नवे साल येईल, १९४९! म्हणजे किती वर्षं झाली? त्रेचाळीस, चव्वेचाळीस, पंचेचाळीस, सेहेचाळीस, सत्तेचाळीस आणि अठ्ठेचाळीस. ते आता संपणारच. सहा वर्षं पुरी होतील. सहा वर्षं! पण त्या चित्राचे रंग अद्याप पुसटले नाहीत. ओले आहेत अगदी!

बेचाळीसच्या धकाधकीत मी होतो. काही कामं अंगाशी आली होती. पोलीस मागावर होते. कोल्हापुराहून मोठ्या शिताफीनं निसटलो होतो आणि इस्लामपूर, कऱ्हाड, किर्लोस्करवाडी, भिलवडी, तासगाव असा वाकडातिकडा फिरत-फिरत विट्याला पोचलो होतो. एका बाजूला अगदी चोरट्यासारखा मोटार-स्टँडवर उभा होतो. 'न जाणो, पुणे-कोल्हापूरकडील एखादा गुप्त पोलीस इथेच असायचा. धडपणे आपल्या संस्थानी हद्दीत एकदा पोचलो की, सुटलो. तिथे राहीन बिनधोक!' असा विचार होता.

'पुढे काय करायचं? कुठं जायचं?' असे प्रश्न डोक्यात घोळवत उभा होतो. तो मागून बायकी आवाज आला, ''केव्हा सुटणार मोटार?''

मी वळून पाहिलं. काळं पातळ नेसलेली कुणी मुलगी कोलगॅसशी धडपडणाऱ्या क्लिनरला विचारत होती. त्यानं कपाळावरचा घाम पुसला आणि ती ओली बोटं डोक्यावरच्या जंजाळातून फिरवत उत्तर आलं, ''सुटणार न्हवं का आत्ता. सामान ठेवून बसा कंपार्टमेंटला!'' आणि पुन्हा पंखा फिरवू लागला.

ती वळली आणि माझी-तिची दृष्टीभेट झाली. 'अरे, ही तर कमळी!' तिचे मोठे डोळे विस्फारले गेले. ओठ हलले.

''अय्या, तू?''

"हो, गावी निघालोय.''

पुढे मला विचारायचं होतं की, तू कुठे? पण 'तू' म्हणावं की 'तुम्ही' म्हणावं, या गोंधळात मी पडलो. कमळी माझ्यापेक्षा वयानं मोठी होती आणि 'अरे-तुरे' करण्याइतपत तिची-माझी सलगीही नव्हती.

"हो का?'' हातातली बॅग खाली ठेवीत आणि कपाळावर आलेले केस सारीत कमळी म्हणाली, "मीपण.''

'वा! खूप बदल झालाय हं हिच्यात शहरात जाऊन. लाल किनारीचं हे काळं पातळ, ब्राऊन रंगाचं पोलकेवजा स्वेटर, पाठीवरची वेणी आणि हातातल्या काळ्या रंगाच्या बारीक बांगड्या... बाबूराव पेंटरांच्या चित्रासारखी दिसते कमळी.'

"छान झालं हं! तुझी गाठ पडली. मला अगदी कंटाळा आलाय. पुण्यापासून इथे येईपर्यंतच्या प्रवासात कोणी ओळखीचं बोलायला नाही. खरंच छान झालं.''

एकीकडून मला आनंद झाला होता आणि एकीकडून आश्चर्य वाटत होतं, 'ही एवढी बोलकी केव्हा झाली? आणि एवढ्या सलगीनं बोलण्याइतपत तिची-माझी ओळख होती कधी? केवळ गावची, शहरी राहणारी, एवढीच.'

"तू कोल्हापूरला भावाकडे असतोस ना?''

"हो. तु... कसं माहीत?''

"होतं माहीत मला. पुण्याला आहे, सेवासदनात.''

"हो, ते मला ठाऊक आहे. इंग्रजी सहावीला ना?''

"हो. तू मॅट्रिकला असशील आता? तुमचं निराळं.''

कमळी विधवा होती. अगदी लहानपणीच तिचं लग्न झालं होतं आणि लगेच नवरा वारला होता. ती परत आपल्या गावी माहेरी आली होती. खूप दिवस घरी बसली होती आणि अगदी अलीकडे-अलीकडे तिने शिक्षणाला सुरुवात केली होती.

मी कुठं असतो आणि काय करतो याची कल्पना तिला कुठून असणार? आणि ती मी देऊ तरी कशाला?

"चल, कुठे बसला आहेस तू?''

"अद्याप बसलो नाही; बसणार आहे.''

"कंपार्टमेंटला जागा धरून बसू. गर्दी झाली म्हणजे जागा मिळायची नाही. तुझं सामान?''

"सामान नाही काही. मागून एक मित्र येणार आहे, तो आणणार आहे.''

मी अगदी खोटं बोललो. उतारू जमू लागले होते. आम्ही दोघंही जाऊन गाडीत बसलो, अरुंद कंपार्टमेंटमध्ये. कमळीच्या अंगाला माझं अंग लागणार नाही, अशी खबरदारी मी घेतली आणि बसलो.

ती मात्र खरोखर आनंदली होती. सर्व प्रवासभर एका तरुण, ओळखीच्या

मुलासमवेत असणं, ही गोष्ट तिला आनंददायी वाटत होती.

"खरंच छान झालं तू भेटलास ते! सुट्टीला आलास का दिवाळीच्या? सुट्टी झाली एवढ्यात तुम्हाला?"

मी होकारादाखल मान हलविली.

"आम्हालाही. मी बहुतेक येत नाही कधी इकडं, पण या सुट्टीत आले. खूप दिवस झाले होते. शाळा नवीन बांधलीये ना आता?"

"हो, असं ऐकतो. मीपण खूप दिवसांत आलो नाही."

गाडी भरली. आमच्या बाजूला एक मुसलमान आणि कुणी दुसरा उतारू येऊन बसला. त्या लट्ठ मुसलमानानं दोघा माणसांची जागा व्यापली आणि मला कमळीकडे अधिक सरकावं लागलं. मनातून मी अस्वस्थ झालो. तिला काय वाटलं, कोण जाणे. डोळ्यांची उघडझाप करीत ती हनुवटी हलवीत होती. नेहमी दिसणारं ते भाबडं, मूर्ख हसू तिच्या ओठांवर दिसत होतं.

क्लिनरनं हँडल मारलं. गाडी सुरू झाली, तसा तो कंपार्टमेंटपाशीच लटकला. घोगरा आवाज काढीत गाडी रस्त्यावरून धावू लागली. खाचखळग्यांबरोबर आम्ही हिंदकळू लागलो आणि कमळीचा माझ्या अंगाला, माझा कमळीच्या अंगाला अनेकवार स्पर्श झाला. आम्ही एकमेकाला अगदी खेटून बसलो.

"थांब हं, तुला दाखविते!" असं म्हणून कमळीने पिशवीतून काही वस्तू काढल्या. कचकड्याची बाहुली, बारीक बांगड्या, लाकडी रंगीत बोळकी....

"हे बघ, आमच्या अप्पाच्या मालीसाठी मी हे आणलंय." ती बोळकी आणि बाहुली माझ्यापुढे करून कमळी बोलली, "आणि आमच्या निमासाठी या बांगड्या. आपल्याकडे मिळत नाहीत असल्या. तिनं पत्रात मुद्दाम लिहिलं होतं. छान आहेत, नाही?"

मी ते हातात घेतलं. अगदी खोटी आस्था दाखविली आणि म्हणालो, "खरंच छान!"

मग कमळीचा भाबडा चेहरा अधिकच भाबडा झाला, मूर्ख झाला. कोलगॅसची मोटार चित्रविचित्र आवाज काढीत रस्त्यावरून सुसाट पळू लागली. चौफेर धुरोळा उडू लागला. त्याची पुटं हौद्यात बसलेल्या उतारूंच्या अंगावर बसली. क्लिनर तर पिठाच्या गिरणीत काम केल्यासारखा दिसू लागला आणि कमळीची बडबड सुरू झाली.

आपलं वसतिगृह, तिथले कडक नियम, बाईंची यादी; नावनिशी आणि स्वभाववार. कुठलीशी एक मैत्रीण, तिचं नाव साळुंखे आणि ती रूपानं फार छान आहे आणि तिचा अल्‌जिब्रा अगदी सुरेख आहे. शंभरपैकी ऐंशी मार्क ती मिळविते. आपला कुठलासा नातेवाईक अगदी तुझ्यासारखाच आहे – अगदी

गोरा-गोरा आणि मुलखाचा थट्टेखोर. तो चित्रं सुरेख काढतो....

कमळी लाख बोलत होती. मीही त्यात भाग घेत होतो. नाही म्हणायला मला सारखी जाणीव होत होती की, कमळी भोळी होती. किंचित मूर्खसुद्धा होती. 'काय बडबडते? हिच्या वयाच्या मुलीनं कसं बोलायला पाहिजे! पण गरीब आहे बिचारी.' असं सारखं मनात येत होतं. तरीपण मी बोलत नव्हतो; सारं ऐकत होतो.

मैलांमागून मैल गेले, कोसांमागून कोस. जुने उतारू उतरले, नवे चढले. खानापूर सोडून मोटार पुढं धावू लागली. दिवस मावळून चांगलाच अंधार झाला. आम्ही दोघं नाना विषयांवर बोललो – जणू आमची चार-सहा वर्षांची गट्टी होती! जणू यापूर्वी आम्ही एकमेकांशी अनेकवार गप्पा मारल्या होत्या. एकमेकांशी आम्ही विलक्षण जिव्हाळ्यानं वागू लागलो. नि:संकोचपणे एकमेकांना स्पर्श करू लागलो. ती मला 'व्यंकट्या' म्हणाली, मी तिला 'ए कमळे' म्हणालो. तिनं माझ्या बोटांवर किती शंख नि किती चक्रं आहेत, हे पाहिलं आणि मी तिच्या गळ्यापाशी खोचलेलं पेन काढून त्याच्या किमतीचे अदमास केले. ते चालवून पाहण्यासाठी तळहातावर 'कमळी' आणि 'व्यंकटेश' ही अक्षरं लिहिली!

भिवाघाटाची भयंकर वळणं संपली. मेटकरवाडी गेली. गोमेवाडी गेली. करगणी आली आणि मोटारीत काहीतरी बिघाड झाला. गाडी थांबली. थंडीनं कुडकुडत बसलेली कमळी म्हणाली, ''काय झालं रे?''

''काहीतरी बिघाड झालेला दिसतोय.''

''अय्या, मग रे?''

''होईल आता दुरुस्त आणि आता गाव काय लांब आहे का? सारं नऊ मैल. तू नि मी चालतसुद्धा जाऊ!''

''हट्! ए, पाय अवघडलेत. उतरू या जरा खाली?''

''हो, उतर!''

माझ्या खांद्यावर हात ठेवून कमळी उठली आणि खाली उतरली. मी आतच बसून होतो. आतले दिवे बंद झाले होते.

''ए, आत काय बसलास? उतर ना खाली. कंटाळा नाही आला? झोप आलीये का?''

कमळीनं आर्जव केले आणि मीही खाली उतरलो. चार पावलं हिंडून आलो. जरा वेळ उभा राहिलो. चांदण्यांकडे पाहिलं. हिंडते वेळी मी तिचा हात हातात घेऊन चाललो होतो, तेव्हा कमळीनं प्रतिकार केला नव्हता, या गोष्टीचं

आश्चर्य करीत मी परत मोटारपाशी आलो.

"थंडी वाजते रे! आतच बसू या."

दोघंही आत बसलो. उतारू निवान्त होते. कोणी बाहेर अंधारात उभे राहून विडी ओढत होते. हौद्यातही लाल टोकं चमकत होती. काही जण जवळच असलेल्या हॉटेलकडे जाऊन तिथं शेकत बसले होते.

कंपार्टमेंटमध्ये आम्ही दोघंच होतो. मी कमळीला अगदी खेटून बसलो होतो. तिच्या काळ्या पातळाची ऊब माझ्या उघड्या पायांना जाणवत होती. तिच्या काळ्या पातळाचा हवासा वाटणारा मऊ, खुसखुशीत वाटणारा गंध मला जाणवत होता.

"थंडी खूप वाजते का रे?"

"हो."

"अंगात कोटसुद्धा घातला नाहीस. थांब हं, माझी चादर काढते."

कमळी काही वेळ पायांशी धडपडली, अंधारात खालच्या गाठोड्यातून तिनं आपली चादर काढली आणि ती माझ्या अंगावर टाकली.

"घे, मलाही दे हं निम्मी! नाहीतर हावरटासारखा घेशील एकटाच!"

अर्धी-अर्धी चादर पांघरून आम्ही दोघंही बसलो. माझे डोळे पेंगू लागले होते. कमळीच्या खांद्यावर डोकं ठेवून मी डोळे मिटले.

मोटार दुरुस्त झाली. चालू लागली, तेव्हा मी अर्धवट जागा होऊन आसपास पाहिलं. दिवे लागले होते. मुसलमान आणि दुसरा उतारू उतरले होते. सारी चादर माझ्या एकट्याच्याच अंगावर होती आणि कमळी बसल्या-बसल्याच झोप घेत होती. मी पुन्हा डोळे मिटले. नऊ मैल चुटकीसरशी संपले.

कमळीनं मला जागं केलं, "ए वेडपटा! ऊठ, आलं गाव."

गाव आलं! घर आलं! मोटार स्टँडवर आम्ही दोघंही उतरलो. कमळीची बॅग मी हातात घेतली. सारं गाव झोपलं होतं. आमच्या पायांचा आवाज केवढातरी मोठा वाटत होता. काळोखातून मी अचूक घराकडे जात होतो.

"मला घरापर्यंत पोचव हं. लांबच उभा राहा, पण दार उघडेपर्यंत जाऊ नकोस." असं कमळी मला वरचेवर बजावत होती. "सुट्टी संपताच पुण्याला जाणार आहे. येशील का? चल ना, मिळून जाऊ. मग पुण्याहून जा कोल्हापूरला." असंही तिनं पुन:पुन्हा सांगितलं. मी आपला 'हो–हो' करीत होतो.

अखेर ती घरी पोचली. मीही.

सकाळी दिवस उजाडतो-न उजाडतो तो कमळी आमच्या घरी आली. मी

राखुंडीनं दात घाशीत उभा होतो. स्वयंपाकघरात ती आईपाशी आली.

"काय करतोस रे?"

"दात घासतोय."

जवळ येऊन तिनं माझ्या उघड्या दंडावर चापट मारली. माझ्या हातातली राखुंडी उडवून दिली आणि आत जाऊन 'जाते हं' असं आईला सांगून पसार झाली.

दोन आठवड्यांच्या मुक्कामात ती एक दिवस घरी राहिली नाही. काहीतरी निमित्तानं येई आणि बोलून जाई. घरी आल्यापासून तिचा नूर पालटला होता. वेणीऐवजी ओढून-ताणून ती केसांचा अगदी वर असा अंबाडा घाली. नऊवारी पातळं नेसे आणि डोक्यावरून पदर घेई. कळकट चेहऱ्यानं धुणंपाणी करी. बाहेर सहसा पडत नसे. असं का, म्हणून विचारलं की म्हणे, "अरे, आमच्या भाऊला आवडत नाही." आणि तिचा चेहरा दु:खी-कष्टी होई. कपाळावरचा हिरवा डाग उठून दिसू लागे.

"घरी कुणाला माझ्याविषयी काही वाटत नाही बघ. आता वाटतं, उगीच आले दिवाळीला इकडे; त्यांनी बोलावलं नसताना. राहिले असते तिकडेच, तर बरं. आता पुन्हा नाही कधी येणार!"

"आईसुद्धा माया करीत नाही तुझी?" मी विचारी.

"कुण्णी नाही. सारी हिडीसफिडीस करतात." आणि डोळ्यांतून पाणी येईल, या भीतीनं कमळी लगेच निघून जाई.

दिवस जात होते. कमळी आमच्या घरी येत होती. चार-सहा वाक्ये बोलून 'भाऊ बघेल' या भीतीनं पळत होती. तिला माझा सहवास हवासा वाटे, हे मला कळत होतं. जिवाचा आटापिटा करून ती मला भेटत होती, बोलत होती.

सुट्टीचे दिवस जसजसे संपू लागले, तसतशी ती उल्हसित होऊ लागली. विचारू लागली, "येणार ना तू? आपण मिळून जाऊ हं!"

मी माझ्या विवंचनेत होतो. नाना ठिकाणी पत्रं टाकून पाहत होतो की, चौखूर उधळलेले सहकारी कुठं भेटतात का? कुणाचा पत्ता लागतो का?

कधी कधी कमळी उदास, दु:खी अशी दिसे. कशासाठी तरी झुरते आहे, असे वाटे. तशा स्थितीत भेटली म्हणजे जड आवाजात ती म्हणे, "हलकटा, तुला काय ठाऊक, माझ्या मनात काय होतंय! मला ठाऊक! नक्को वाटतं आता शिकायला." आणि मान हलवी. छातीशी हात घेऊन बोटं मोडी आणि कशी

तरी चमत्कारिक बघे.

एकदा तिच्या घरी मी गेलो. घरात कुणी नव्हतं. अभ्यासाचं पुस्तक वाचीत ती बसली होती. मी जाताच आनंदली.

''काय वाचतेस?'' म्हणून मी तिच्या नजीक जाऊन बसलो आणि पुस्तकात डोकावून पाहताना माझा कान तिच्या कानाशी लागला. कमळी एकदम अस्वस्थ झाली. काही वेळ गंभीर झाली. तुटक बोलली. आणि मग चमत्कारिकपणे माझ्याकडे बघत म्हणाली, ''तुला वाटत असेल, पण माझ्या मनात नाही हं तसं काही!''

'या पोरीच्या मनात काय चलबिचल होत असेल? मी तिच्याशी अतिशय संयमपूर्वक वागत होतो, तरीही ती असं का म्हणाली? माझ्या सहवासानं तिच्या मनात एवढ्या उलथापालथी होत असतील?'

त्यानंतर बोलता-बोलता तिनं एकदा सांगितलं, ''अरे, माझ्या बरोबरीची ती साळुंखे आहे ना, तिचंही माझ्यासारखंच होतं; पण आता तिनं लग्न केलंय पुन्हा. छान आहे तिचा नवरा आणि तिला बाळंही झालंय; गोरं-गोरं, गुटगुटीत. छान आहे अगदी!''

हे तिनं मला का सांगितलं?

मी म्हणालो, ''कमळे, तूही चांगली शीक आणि पुन्हा लग्न कर. का करीत नाहीस?''

ती गप्प झाली. काही बोलली नाही.

दिवाळी आली. फटाके उडाले. दिवे उजळले.

कमळी अलीकडे माझ्याकडे येण्याची बंद झाली होती. का कोण जाणे! पाण्याला जाताना, अंगणात सडा घालताना मात्र ती मला दिसे. कधी हसे, कधी मान वळवून खाली बघे.

मग मी मुद्दाम तिला गाठली.

''कमळे, बोलत का नाहीस? का नाही घरी येत?''

ती हसली. म्हणाली, ''आता येईन.''

''पण का येत नव्हतीस?''

''काही नाही, उगीच. तुझं वय किती रे?''

''अठरावं संपलं, आता एकोणिसावं लागलं. का?''

''काही नाही. आपलं उगीच विचारलं.''

''पण का?''

''पुण्याला येणार माझ्याबरोबर? मी आता जाणार चार दिवसांनी!''

"बघेन!"

"बघेन नाही. असं काय रे करतोस? एवढा हिंडतोस-फिरतोस आणि माझ्यासाठी पुण्यापर्यंतसुद्धा येणार नाहीस नं?"

चार दिवस गेले. कमळी घरी आली आणि तिनं माझा निरोप घेतला. मी तिच्याबरोबर येत नाही, याचं तिचं दु:ख कमी झालं होतं, कारण तिचा भाऊच पुण्यापर्यंत काही कामानिमित्त तिच्याबरोबर जाणार होता. जाताना तिनं पेनची अदलाबदल केली. मी माझं दिलं, तिनं तिचं मला दिलं. जायचं, त्या दिवशी पाच-पंचवीस वेळा आमच्या घरी तिच्या येरझाऱ्या झाल्या आणि ती गेली!

ती गेली आणि मला राहून-राहून आठवण यायला लागली. मी एक पत्र तिच्या वसतिगृहाच्या पत्त्यावर धाडलं. अगदी साधं आणि उत्तराची वाट पाहू लागलो.

आठ-दहा दिवस गेले आणि किरट्या अक्षरांत लिहिलेलं तिचं पत्र मला मिळालं. तिनं लिहिलं होतं –

'प्रिय अण्णा,

तुझं पत्र मिळालं. खूप आनंद वाटला. तुझी खूप आठवण येते. इकडे येशील का कधी? आणि आता पुन्हा पत्र पाठवू नकोस. कारण इथं येणारी सगळी पत्रं प्रथम बाई फोडतात.

त्यांनी तुझं पत्र वाचलं. खूप रागावल्या. मी म्हणाले, मी तशी नाही. तो भाऊ आहे माझा. तेव्हा त्या गप्प बसल्या. पण आता पत्र पाठवू नकोस. साळुंखेचं बाळ आता बोलू लागलं आहे. त्याचं नाव आनंद.'

आणि असंच काहीबाही लिहून तिनं खाली सही केली होती,

'– तुझी ताई.'

या गोष्टीला आता सहा वर्षं पुरी होतील. त्यानंतर मला कमळी भेटली नाही. तिच्या विषयी मला अलीकडे एवढंच कळलं की, ती मॅट्रिक झाली आणि तिनं कुणाशी तरी पुनर्विवाह केला. घरी कुणाला कळवलं नाही.

कमळे, तू सुखी अस, आनंदी अस!